டார்வினும் ஒருவரி நாவலும்

பூங்காற்று தனசேகர்

டிஸ்கவரி புக் பேலஸ்
கே.கே.நகர் மேற்கு, சென்னை - 600 078.
(பாண்டிச்சேரி கெஸ்ட் ஹவுஸ் அருகில்)
Mobile: +91 87545 07070

டார்வினும் ஒருவரி நாவலும் (சிறுகதைகள்)
ஆசிரியர்: பூங்காற்று தனசேகர்©

Torvinum Oruvari Navalum (Short Stories)
Author: **Poongatru Dhanasekar**©

First Edition: October - 2018
ISBN : 978-93-86555-56-4
Pages : 96

Discovery Book Palace (P) Ltd,
6, Mahaveer Complex, Munusamy Salai,
K.K.Nagar West, Chennai-600 078.
Mobile: +91 87545 07070

E-mail: discoverybookpalace@gmail.com,
Website: www.discoverybookpalace.com

Rs. 80

நன்றி

- அண்ணன் புவனேஸ்வரன் (எ) சரவணன்
- அண்ணி பிந்து
- குகை. மா. புகழேந்தி
- சூர்யநிலா
- எஸ்.சி. 'லார்க்' பாஸ்கரன்
- கலையமுதன்
- ஆர்.சி. மதிராஜ்
- கணேஷ்பாபு
- வே. பாபு
- இந்தியராஜா
- வினு வில்சன்
- லால்குடி இளையராஜா
- கலைச்செல்வன்
- இளையகம்பன்
- சையது சிராஜ்
- இரா. ஜீவரத்தினம்
- சபரிநாதன்
- சிவக்குமார்

வலிகளும்
வலிகளின் நிமித்தமும்

வாழ்வின் நீண்ட போராட்டத்தில் ஒரு படைப்பாளனின் அனுபவங்கள் கதைகளாகவும், கவிதைகளாகவும் எழுதப்படுகின்றன.

படிக்கும் சில மனங்கள் அதை உச்சி முகர்கின்றன.. அல்லது உதாசீனப்படுத்துகின்றன. ஆனால், படைப்பு என்பது சற்றும் தளராத அதே மொழியில்தான் கட்டமைக்கப்படுகின்றது.

வாழ்வின் உற்சாகங்களை எழுதும் கேளிக்கை எழுத்துகளே, இங்கு பெரும்பான்மை மக்களின் கொண்டாட்ட எழுத்துகளாக இருந்து வந்திருந்தன ஒரு கட்டத்தில். ஆனால் பெரும்பாலும் வலிகளுடனான படைப்புகளே என்றும் வாசகர் மனதில் நிலைத்து நீடிப்பவையாகயிருப்பது கண்கூடு.

வலிகளிலான எழுத்துகளை அவர்கள் சீண்டுவதேயில்லையெனில் அப்படியானவர்களின் வாழ்வில் வலிகள் கிடையாதென்று அர்த்தமா என்ன...?

வலிகளற்ற வாழ்வு சாத்தியப்படவில்லை யென்றால்... அப்படியானவர்கள் மகாராஜாக்கள்தான். அவர்களுக்கு பசியில்லாத வயிறு படைக்கப்பட்டுள்ளது. உல்லாசபுரிகள் வரிக்கப்பட்டுள்ளன.

ஆனால் நீண்ட வாழ்வியல் அப்படியெல்லாம் காருண்யம் படைத்ததில்லை. அது, தன் நெடியக் கொடுங்கரங்களில் அப்படியானவர்களின் கழுத்துகளையும் வளைக்கவே செய்கிறது.

பூங்காற்று தனசேகரின் இக்கதைகளில் கறுப்பியும், மைனாவும், சிறுமி சுகுமாரியும் வலிகளால் வாழ்ந்தவர்கள். வலியென்றால் உயிர்வாதை. கொடும் நகங்களில் சிக்குண்ட இரத்தச் சதைத் துணுக்குகளாக பிளிறும் வதைப்படலம்.

வாய்க்கவில்லை இவர்களுக்கு வலிகளற்ற வாழ்க்கை. இங்கு பெரும்பான்மையானோரின் வாழ்க்கை வலிகளுடனே பிறக்கிறது, பெரும் இரணத்துடனே முடித்தும் வைக்கப்படுகிறது. 'போலச் செய்தல்' போன்றில்லாமல்; வலிகளைக் கொண்டே எழுதியுள்ளார், பூங்காற்று தனசேகர். அது படைப்பாளிகளின் மன வலிகளாகவுமிருக்கலாம். அப்படியான வாழ்வே இங்கு எல்லோருக்குமான சூழலாகயிருக்கிறது.

'கூழாங்கல் பாட்டு' மனதைப் பிசைகிறது என்றால் 'உயிர்நிலை' கதையோ உயிரையே வதைத்து விடுகிறது.

கல்பனாவின் தற்கொலை எதனால் நிகழ்கிறது என்று வாசக உணர்வுகளுக்கு வழிவிட்டு நகர்ந்து கொள்ளும் கலைப் படைப்பாக 'வராத அழைப்பு' சிறுகதை மேலோங்கியுள்ளது. வாழ்வின் ஏகாந்தத்தை, நிலையாமையை கண்ணீருடன் இக்கதை பேசுகிறது.

ஏழை எழுத்தாளனின் பசியின் கொடுமையை கிண்டல் தொனியில் சொல்லிப் போகும் 'மகாராஜாவுக்குப் பசிக்கிறது' நமது மன சிம்மாசனத்தில் பரிபாலனம் செய்ய ஆரம்பித்து விடுகிறது.

ஆக, வலிகளின் இராஜ்ஜியங்களில்தான் எழுத்தாட்சி இராஜநடை போட்டுக் கொண்டிருக்கிறது. தமது எழுத்தை சிம்மாசனத்தில் ஏற்றி வைத்துவிட்டு, எழுத்தாளன் தேசாந்திரம் போய் விடுகிறான்.

இருபதிற்கும் குறைவான சிறுகதைகளை எழுதியுள்ள என் நீண்ட கால நண்பர் பூங்காற்று தனசேகர் தமிழ் இலக்கிய உலகில் தவிர்க்க முடியாதவராகிறார்.

சேலம்
25.09.2018

சூர்யநிலா

என்னுரை

சிறுகதைகள் எழுதுவதற்கும் படிப்பதற்கும் சுவையானவை, நன்றா யிருந்தால். இருபது வருடங்களில் இருபதுக்கும் குறைவான சிறுகதைகளே எழுதியிருக்கிறேன், எனக்கு நிறைவாக. கண்டம் விட்டு கண்டம் பறந்தாலும் மனப் பறவை முட்டையிட பூமிக்குத்தான் வருகிறது. அது, எளிய மொழியிலேயே எப்போதாவது எனக்கு சிறுகதையைத் தருகிறது.

சென்னையில் பல்வேறு பத்திரிகைகளில் பணியாற்றியபடி நானெழுதிய கட்டுரைகள், மூன்று கவிதை நூல்கள் என்று பல இருந்தாலும் என்னிடம் நான் இரகசியமாக இரசிக்கும் பைத்தியக்காரத் தனங்கள் என் சிறுகதைகளில் மட்டுமே பொதிந்திருப்பதாக கருதுகிறேன்.

குழந்தைகளுக்கு முதலில் ஊட்டுவதற்கு உணவு தேவை. அந்த குழந்தை அதை ரசித்துக் கொண்டே சாப்பிட நிலவொளியும் தேவை. ஒரு படைப்புக்கு சமூக அக்கறையுடன் கூடிய அழகியல் பார்வை தேவையென்பது எனதெண்ணம். இந்நூலிலுள்ள சிறுகதைகள் அனைத்தும் பல்வேறு பத்திரிகைகளில் வெளியானவை. அப்போதும் என் புத்திசாலித்தனங்களை விட பெரிதும் இரசிக்கப்பட்டவை சக மனிதனை மதிக்கும் எனது பைத்தியக்காரத்தனங்களே.

இந்நூலின் தயாரிப்புக்கு பெரிதும் உறுதுணையாகயிருந்த நண்பர் கவிஞர் சூர்யநிலா, கவிஞர் குகை. மா. புகழேந்தி தட்டச்சு செய்த சேலம் ரேகா சக்திவேல், இந்நூலினை சிறப்பாக வடிவமைத்து வெளி யிட்டுள்ள டிஸ்கவரி புக் பேலஸ் உரிமையாளர் நண்பர் வேடியப்பன். அனைவரும் என்றும் என் நட்புக்கும், நன்றிக்கும் உரியவர்கள்.

அன்புடன்
பூங்காற்று தனசேகர்
9894590052

பொருளடக்கம்

1. உயிர் நிலை — 9
2. பிம்பம் — 16
3. கட்டு விரியன் — 21
4. கூழாங்கல் பாட்டு — 26
5. காஷ்மீர் கம்பளி — 35
6. தோற்றப்பிழை — 37
7. ஆப்பிள் மரச்சிலுவை — 43
8. வேடிக்கை — 49
9. டார்வினும் ஒருவரி நாவலும் — 50
10. மஞ்சள் — 55
11. காலச்சரிவு — 60
12. மயக்கம் — 66
13. நெடுங்கனவின் நிழலில் — 72
14. வராத அழைப்பு — 77
15. வெளி — 81
16. முடிவில்லா கருணை — 86
17. மகாராஜாவுக்குப் பசிக்கிறது — 92

வேடிக்கை

காலை ஏழு மணி வெயில் சுள்ளென்று முகத்தில் அடித்தவுடன் கறுப்பிக்கு விழிப்பு வந்துவிட்டது. எழுந்து அமர்ந்தபடி ஓட்டை, கிழிசல்களால் நெய்யப்பட்ட அழுக்குப் பாவாடையில் முகத்தை அழுந்தத் துடைத்துக் கொண்டாள். மறுபடியும் தூக்கம் வரும்போல் கண்கள் உட்புறம் சுருளப் பார்த்தபோது கறுப்பிக்கு அந்த விஷயம் நினைவுக்கு வந்தது.

பிளாட்ஃபாரத்தில் விரித்திருந்த நைந்த சிவப்புத் துண்டை எடுத்துக்கொண்டு, காரணீஸ்வரர் கோவில் தெப்பக்குள வாயிலை நோக்கி நடந்தாள். அவளுக்காக இருநூறு வருடங்களுக்கு முன்பே கட்டப்பட்ட கருங்கல் 'பாத்டப்' அது. அவளுடன் சைதாப்பேட்டையில் பிச்சை எடுத்து வாழ்க்கை நடத்தும் சிலருக்கும், எப்போதாவது பைத்தியங்கள் சிலருக்கும் இந்தத் தெப்பக்குளம்தான் திறந்தவெளி குளியல் ஸ்தலம்.

மூன்று நாட்களுக்கு ஒருமுறை குளிப்பது கறுப்பிக்கு வழக்கம். ஆனால், இன்று குளித்தே ஆக வேண்டும் அவளின் ஒரே சொந்தமான அக்கா லட்சுமியை பெண் பார்க்க இன்றுதான் வடபழனியிலிருந்து மாப்பிள்ளை வரப்போகிறார். கறுப்பி குளிக்காவிட்டால் எப்படி?

பத்து வயதை நெருங்கிக் கொண்டிருக்கும் கறுப்பி, அவள் அக்கா லட்சுமி, பாட்டி முனியம்மா மூன்று பேரும் சைதாப்பேட்டை காரணீஸ்வரர் திருக்கோவிலின் வாசலில் பிச்சை எடுத்து வாழ்க்கையை ஓட்டுகிறவர்கள்.

கன்னங்கரேலென்ற கறுப்பிக்குப் பளீரிடும் வெண்பற்கள். செம்பட்டைச் சுருள் முடியுடன் வத்தலும் தொத்தலுமானவளுக்கு மற்றபடி உடலில் எந்த குறையும் கிடையாது.

ஆனாலும், அவள் அக்கா லட்சுமிக்குப் பிறவியிலேயே கண்பார்வை கிடையாது. கறுப்பியும், பாட்டி முனியம்மாவும் தான் அவளுக்குப்

பார்வை போல. பதினேழு வயதுதான் என்றாலும் இருபதுக்கு மேல் தோற்றம் தருவாள். மாநிறத்துடன் களையான முகம் அவளுக்கு.

பாட்டி, அக்கா, தங்கை என்று உறவுமுறை கொண்டாடினாலும் மூவருக்கும் எந்த ரத்த சம்பந்தமும் கிடையாது. பிச்சைக்காரர்கள் அனைவரையும் உறவுமுறை வைத்துதான் அழைப்பாள் கறுப்பி. என்ன, அவளின் இரண்டு பெரியப்பா, ஒரு தாத்தா, இரண்டு சித்திகள் ஆகியோருக்குத் தொழுநோய் இருந்தாலும், சொந்தம் விட்டுப்போய் விடுமா என்ன?

கறுப்பிக்கு மிகவும் பிடித்த விஷயம் கல்யாண ஊர்வலங்கள். அவளுக்கு விவரம் தெரிந்த நாளிலிருந்தே அவள் உள்மனதில் சந்தோஷத்தைக் கொப்பளிக்க வைத்த கல்யாண ஊர்வலங்களின் மேல் அவளுக்குள்ள காதல் அவள் 'உறவினர்கள்' அனைவரும் அறிந்த விஷயம்.

தானாகச் சேர்ந்து கொள்ளலாம், வாழ்ந்து கொள்ளலாம், பெற்றுக்கொள்ளலாம், போன்ற சுதந்திரங்கள் பல உண்டு. லட்சுமியை மட்டும் பெண் பார்க்க வருகிறார்கள் என்றால்...?

காரணம் கோபாலு. கர்நாடகம், ஆந்திரம் என்று பல மாநிலங்களுக்குச் சென்று 'தொழில்' பார்க்கும் தரகர் கோபாலுதான் முனியம்மா பாட்டி யிடம் லட்சுமிக்குக் கல்யாணம் செய்து வைக்கும் யோசனையைத் தெரிவித்தவன். ஏழுமலையை மாப்பிள்ளையாகப் பேசியும் முடித்து விட்டான்.

ஏழுமலைக்கு வெண்குஷ்டம் உண்டு. வலது கால் சூம்பிப் போனதால் உடல் தாங்க இரண்டு கட்டைகளும் உண்டு. அத்துடன் வளசரவாக்கத்தில் சொந்தமாகக் குடிசை ஒன்றும் உண்டு. இந்தக் கடைசி சொத்துதான் அவனை மாப்பிள்ளைத் தகுதிக்கு உரியவனாக்கியது. யார் என்ன சொன்னாலும் சரி, வடபழனி கோவிலில் பிச்சை எடுப்பதாலும், சொந்தமாகக் குடிசை ஒன்று இருப்பதாலும் பாட்டி முனியம்மாவுக்கு இது பெரிய இடத்துச் சம்பந்தம்தான்.

ஏழுமலை இன்று லட்சுமியைப் பெண் பார்க்க வரும் விஷயத்தை நான்கு நாட்களுக்கு முன்பே கோபாலு வந்து சொல்லிவிட்டான்.

முனியம்மா சைதாப்பேட்டை முழுக்கச் சூறாவளிச் சுற்றுப்பயணம் செய்து, தன் நிலையை விளக்கியதில் லட்சுமிக்கு புதுச்சேலை, பாவாடை, ரவிக்கைத் துணிகள் கிடைத்துவிட்டன. ஆனால், கறுப்பியைத்தான் யாரும் கண்டுகொள்ளவில்லை. கல்யாணப் பெண்ணின் 'தங்கை' என்ற மதிப்பு மட்டும் போதுமே கறுப்பிக்கு!

புதுத்துணிதான் வாங்கி கொடுக்கவில்லை... சீக்கிரம் எழுப்பாமல் போய்விட்டார்களே பாட்டியும் அக்காவும் என்ற கோபத்துடன்,

பரபரப்பாகக் குளத்துப் படிக்கட்டில் இறங்கினாள். பாட்டியின் கிழிந்த பழைய சேலையைச் சுற்றிக்கொண்டு, கையொடிந்த டப்பாவினால் நீரை அள்ளித் தலைக்கு விட்டுக் கொண்டாள். காலை நேர இளம் வெயிலையும் மீறி, தன் மெல்லிய உடல் ஜில்லிடக் குளித்து முடித்தாள்.

கரையேறிக் குளக்கரையின் மேற்கு மூலைக்கு வந்தாள். அங்குதான் அவளது மொத்த உடைமைகளையும் தாங்கிக் கொண்டிருக்கும் துணிமூட்டை, சிறிய பாலிதீன் படுதாவுக்குக் கீழே இருக்கிறது. அதன்மேலே நான்கு செங்கற்களின் பாதுகாப்பும் உண்டு.

நீண்ட நேரத் தேடலுக்குப் பின் கிழிசல்கள் இல்லாத பாவாடை, சட்டையைக் கண்டுபிடித்தாள். ஈரத்தலையை வாரி, ஒற்றைப் பின்னலிட்டு, நுனியில் மிட்டாய் நிற ரிப்பனால் முடிச்சிட்டாள். அட்டைப்பெட்டி ரோஸ் பவுடரை வழக்கத்திற்கு அதிகமாகவே பூசிக்கொண்டு, ரசம்போன கண்ணாடித் துண்டில் தன் முகத்தை அழகு பார்த்துக்கொண்டாள்.

கோயிலை நோக்கி வேகமாக நடந்தாள் கறுப்பி. மாப்பிள்ளைக்கு அக்காவைப் பிடித்து, அடுத்த வாரமே திருமணம் நடக்கவேண்டும் என்று வேண்டியபடியே கன்னத்தில் போட்டுக் கொண்டாள். எங்கிருந்தோ வந்த புறாக்கள் கோபுரத்தின் துளைகளில் நுழைந்தன.

கோயிலுக்கும் மின்சார ரயில் நிலையத்துக்கும் இடையே உள்ள மைதானத்தில் அமர்ந்திருந்த கூட்டத்தைப் பார்த்ததும் கறுப்பிக்கு புரிந்து விட்டது... எல்லோரும் வந்துவிட்டார்கள். தயங்கித் தயங்கி அருகில் போனாள் கறுப்பி. பெரிய தாத்தா பார்த்து விட்டார்.

"ஏய் கறுப்பி... இம்மா நேரம் எங்க போயிருந்தே?" என்று கேட்டபடி, கறுப்பியை இழுத்துக் கொண்டுபோய் கூட்டத்தின் நடுவே தலை குனிந்து அமர்ந்திருந்த லட்சுமியின் அருகே உட்கார வைத்தார். அனைவரும் கறுப்பியை பார்த்து சிரித்தனர். கறுப்பிக்கு வெட்கம் பிடுங்கித் தின்றது. தலையைக் குனிந்துகொண்டாள். அதற்கும் சிரிப்புச் சத்தம் கேட்டது. லட்சுமியின் கையை இறுக்கிப் பிடித்துக்கொண்டாள். அவளும் கறுப்பியின் கையை இறுக பற்றிக்கொண்டாள். பார்வை இல்லாத லட்சுமிக்கு, 'தனக்கும் கூட கல்யாணம் நடக்கப் போகிறதே' என்ற சந்தோஷத்தை விட மாப்பிள்ளைக்கு சொந்தமாக குடிசை இருக்கிறது என்ற விஷயம்தான் அதிக சந்தோஷத்தைக் கொடுத்தது. காரணம், அதிக நேரம் குளிக்கலாமே.

விவரம் தெரிந்த நாள் முதல் குளிப்பதற்கு ஓரிரு நிமிடங்களுக்கு மேல் எடுத்துக் கொண்டதில்லை. குளக்கரையில் உடைகளைக் களையும் போதே, யாரோ பார்ப்பது போல திகில் வந்துவிடும் அவளுக்கு. அப்புறமென்ன காக்கை குளியல்தான். மாப்பிள்ளைக்கு பிடித்து, கல்யாணம் நடந்துவிட்டால்., தனது சொந்தக் குடிசையில்

மணிக்கணக்காகக் குளிக்க வேண்டும் என்பதுதான் அவளது சமீபத்திய சந்தோஷக் கனவு.

ஏழுமலையுடன் வந்திருந்த நான்கைந்து பேர், பெண் வீட்டார் என்று மொத்தம் பதினைந்து பேரைக் கொண்டிருந்தது அந்தக் கூட்டம். அனைவருக்கும் முனியம்மாவும் கோபாலும் பிளாஸ்டிக் டம்ளர்களில் டீயை ஊற்றிக் கொடுத்தபடியிருக்க, மாப்பிள்ளை வீட்டாரும் பெண் வீட்டாரும் தங்கள் பகுதிகளில் கிடைக்கும் தினசரி வருமானம், போலீஸ், ரவுடிகளின் தொந்தரவுகள், திருவிழாக்கால வருமானங்கள் போன்ற பிரச்சனைகள் குறித்து தீவிரமாக விவாதித்துக் கொண்டிருந்தனர்.

கறுப்பிக்கு கோபம் கோபமாக வந்தது. பெண்பார்க்க வந்திருந்த யாருமே பெண்ணைப் பற்றியோ, அவளது 'தங்கை' யான தன்னைப் பற்றியோ பேசாமல் ஊர்க்கதை பேசி வம்பளந்தால் அவளுக்குக் கோபம் வராதா, என்ன?

ஓரக்கண்ணால் மாப்பிள்ளையைப் பார்த்தாள் கறுப்பி. "அப்பாடா" என்று நிம்மதி பிறந்தது அவளுக்கு. பாட்டியும் மற்றவர்களும் பயமுறுத்தியிருந்த அளவுக்கு அசிங்கமாக இல்லை மாப்பிள்ளை. அவள் பார்வையில் 'ஜம்' மென்று தான் இருந்தார். மொடமொடக்கும் வேட்டி, சட்டையில், வெள்ளை வெள்ளையாய் வெண்குஷ்டப் புள்ளிகளுடன் அமர்ந்திருந்த ஏழுமலையை வைத்த கண் வாங்காமல் நீண்ட நேரம் பார்த்துக் கொண்டிருந்தாள் கறுப்பி.

"மினிம்மா... லட்சுமிய எழுந்திருச்சி நிக்கச் சொல்லு, மாப்ளை நல்லா பாத்துக்கட்டும்." யாரோ சொல்ல, முனியம்மா சொல்வதற்கு முன்பே லட்சுமி எழுந்து நின்றாள். கறுப்பியும் எழுந்தாள்.

கல்யாண ஊர்வலக் கனவு லட்சுமியை விடவும் கறுப்பியை அதிகமாக ஆக்கிரமிக்கத் தொடங்கிவிட்டது. சைதாப்பேட்டையில் கறுப்பியின் கண்களில் பட்ட எந்தக் கல்யாண ஊர்வலத்திலும் அவள் கலந்துகொள்ளாமல் விட்டதில்லை. அதிலும் காரணீஸ்வரர் கோயிலிலிருந்து கிளம்பும் மாப்பிள்ளை அழைப்புகளில்... யார் வீட்டுக் கல்யாணமாக இருந்தாலும்... கறுப்பி நடக்கும் அழகை பார்க்க வேண்டுமே! இல்லாத நெஞ்சை நிமிர்த்திக் கொண்டு, கைகளை அதிகம் வீசாமல், மற்ற பெண்களைப் போலவே நடப்பாள். தன் வயதொத்த பிள்ளைகளின் மினுக்கும் புது உடைகளைக் கண்கள் விரியப் பார்த்தபடி உலகத்தையே மறந்துவிடுவாள். சில ஊர்வலங்களில் அவள் அவமதிக்கப்பட்டாலும் மண்டபம் வரை சென்று, ஊர்வலத்தை விட்டு வர மட்டும் தவறி விடமாட்டாள்.

ஆனால் லட்சுமியின் கல்யாண ஊர்வலத்தில் கறுப்பியை யார் என்ன சொல்லிவிட முடியும்?

"பொண்ணுக்குக் கண்ணு தெரியாதே தவிர கொணத்துல தங்கம். சாராயம் குடிக்கமாட்டா. யாரை வேணா கேட்டுக்கலாம். போ யிலைகூடப் போட.."

முனியம்மா பேச்சை முடிக்கும் முன், மாப்பிள்ளை தரப்பைச் சேர்ந்த ஒருவர் எழுந்தார்...

"மாப்பிள்ளைக்குப் பொண்ணைப் புடிச்சிருச்சி. பொண்ணுக்கும் அப்படித்தான்னு தோணுது. நடக்க வேண்டிய சங்கதியெல்லாம் பேசிப்புட்டு வெத்தலை பாக்கு மாத்த வேண்டியதுதானே..."

இதைக் கேட்ட முனியம்மா பேசத் தொடங்கினாள். "மாப்பிள்ளைக்கும் எல்லாத்துக்கும் சொல்லிக்கறேன். கோபாலு சீர்வரிச பத்திப் பேசினப்ப முதல்ல பயமாயிருந்துச்சு. ஏன்னா, அதப் பத்தி மெய்யாலுமே ஒண்ணும் தெரியாது. நானும் எனக்குத் தெரிஞ்ச நாலு பேருகிட்டப் பேசிப் பாத்தேன். சரின்னுபட்டது. அப்பால அதப் பத்தி பொண்ணுகிட்ட சம்மதம் வாங்கினப்புறம்தான் பொண்ணு பாக்கவே வரச் சொன்னேன். அதனால சீர்வரிச சம்மந்தமா கண்ணாலம் முடிஞ்ச கையோட எந்த இடத்துல மாப்பிள்ளை கைநாட்டு வைக்கச் சொன்னாலும் பொண்ணு மனசால வெப்பான்னு நா உறுதியாச் சொல்லிக்கிறேன்" என்றாள் முனியம்மா.

மாப்பிள்ளை ஏழுமலையும், எல்லாம் நல்லபடி முடிந்து விட்டதில் கோபாலுவும் சந்தோஷமாகத் தலையாட்டிக் கொண்டனர். காரணீஸ்வரர் கோயிலில் மணிச் சத்தம் கணீர் கணீரென்று ஒலிக்க, கூட்டத்தினர் கோபுரத்தைப் பார்த்துக் கண்களில் ஒற்றிக் கொண்டனர்.

"அது போதும். வைகாசி பத்தாம் நாளு வடபழனி ஆண்டவர் முன்ன வெச்சே கண்ணாலத்த முடிச்சுக்கலாம். இதுக்கு ஆகும் மொத்தச் செலவையும் நானே பாத்துக்கறேன்" என்று பேச்சை முடிவுக்கு கொண்டுவந்தான் மாப்பிள்ளை ஏழுமலை.

இரண்டு வெற்றிலை மேல் ஒரு வாழைப்பழம் வைத்து மாற்றிக்கொண்டு, மிக எளிமையாகவே நிச்சயதார்த்தத்தை முடித்துக்கொண்டனர்.

லட்சுமியின் முகம் பூவாய் மலர்ந்தது. கறுப்பி அக்காளை அணைத்துக் கொண்டாள். அதே சமயம் பக்கத்தில் நின்ற முனியம்மாவிடம் இன்னொரு பாட்டி கேட்டது கறுப்பியின் காதில் தெளிவாக விழுந்தது.

"ஏம்மே மினிம்மா, சீர்வரிச பத்தி நீயும் ஏதோ எலைமறை காய்மறையா சொல்லிக்கீறே. மாப்ளை வீட்டுக்காரங்களும் ஈன்னு இளிக்கறானுங்க. இன்னாடி... இம்மாம் பேரைக் கூட்டி வெச்சி கூத்து காட்டிகினுக்கீறியா? துட்டு எவ்ளோ தரப் போறேன்னு எங்ககிட்ட சொன்னா புடுங்கிக்கிறவா போறோம்?"

இந்த அங்கலாய்ப்புக்கு மெதுவாகப் பதில் சொன்னாள் முனியம்மா.

“அத்த ஏன் கேட்கறே, பெரிய கதை. அப்றம் சொல்றேன். ஆனாஞ் துட்டுன்னு கணக்குப் பாத்தா பத்தாயிரம் ரூவா 'பத்தாயிரம் ரூவா' என்பதை மிகவும் மெல்லிய குரலில் முனியம்மா சொன்னாலும், கறுப்பியின் காதில் அது விழத்தான் செய்தது. அதைக் கேட்டுத் திகைத்துப் போனாள் அவள். அங்கலாய்ப்புடன் கேட்ட பாட்டி அதிர்ச்சியில் வாயில் அதக்கிக் கொண்டிருந்த புகையிலைச் சாற்றை விழுங்கி, பலமாகத் தொண்டையைச் செருமினாள்.

கறுப்பிக்குத் தன் காதுகளையே நம்ப முடியவில்லை. பத்தாயிரத்துக்கு எத்தனை பூச்சியம் என்றோ, அதில் எத்தனை நோட்டுகள் இருக்கும் என்றோ, அதை வைத்து என்னென்ன செலவுகள் செய்யமுடியும் என்றோ அவளது அறிவுக்குப் புலப்படவே இல்லை. அத்துடன் 'இத்தனை பெரிய ரூபாயைப் பாட்டியும் அக்காவும் எங்க சேத்து வெச்சிருக்காங்க? ' என்று நினைத்துத் திகைத்துப்போய் நின்றாள் அவள்.

மாப்பிள்ளைக்கும் மற்றவர்களுக்கும் விருந்து கொடுப்பதற்காக அவர்களைக் கையேந்திபவன் ஒன்றுக்கு அழைத்துச் சென்றாள் முனியம்மா. லட்சுமியும் கறுப்பியும் மட்டும் அங்கேயே நின்றனா.

அனைவரும் போய்விட்டதை உறுதிபடுத்திக் கொண்ட லட்சுமி, “ஏண்டி கறுப்பி! அவருக்கு ஒரு காலு மட்டும்தானே இல்லே?” என்று வெட்கத்துடன் கேட்டாள்.

“ஆமா, சூம்பிக் கெடக்கு” என்றாள் கறுப்பி.

“அவரு என்னையே பாத்துக்கிட்டிருந்தாரா?” வெட்கத்துடன் லட்சுமி கேட்க அதைவிடவும் வெட்கத்துடன் “ஆமா” என்றாள் கறுப்பி.

“அவரு வெள்ளையா... கறுப்பா?”

“கறுப்பு மாதிரி, ஆனா ஓடம்பெல்லாம் ஏதோ வெள்ளை வெள்ளையாக்கீது... வெண்குட்டம் போல.”

“வெள்ளை வெள்ளையா இருந்தா உடனே வெண்குட்டமா? அப்ப வெள்ளையா இருக்கறவங்களுக்கெல்லாம் வெண்குட்டமா...? போடீ...”

லட்சுமி குறிப்பிடும் வெள்ளைக்கும் இந்த வெள்ளைக்கும் வித்தியாசம் சொல்லத் தெரியாத கறுப்பி மௌனமாக நின்றிருந்தாள். அப்போதுதான் 'அது' அவளுக்கு நினைவுக்கு வந்தது.

“ஏக்கா... பத்தாயிரம் ரூவா தரணுமாமே... அத்தினி ரூவாய அந்த ஆளுக்கு எதுக்கு தரணும்?”

“அது... அது... சீருவரிசைடி.”

“ஓகோ!” என்றாள் கறுப்பி, புரிந்துவிட்டதைப் போல்.

“அத்தோட அந்தப் பணத்த வெச்சு குடிசை வீட்டுக்கு ‘ஆசுபெடாசு’ போடப் போறதாச் சொன்னாருன்னு பாட்டி சொன்னா. சரின்னு சொல்லிட்டேன்.”

“அதுசரி, அம்மாம் ரூவாய எனக்குக் கூடத் தெரியாம இத்தினி நாளா எங்க சேத்து வச்சிருந்தே?”

“நான் எங்கடி சேத்து வெச்சேன்...”

“அப்பால....?

“அதுக்குச் சமமா கிட்டினி தரப் போறேன்.”

“கிட்டினின்னா இன்னாது?” குழப்பத்தின் உச்சத்தில் கேட்டாள் கறுப்பி.

”எனக்கு மட்டும் இன்னாடி தெரியும். கோபாலு மாமா பாட்டிக்கிட்ட சொன்னதுதான் தெரியும். வவுத்துக்குள்ளே ரெண்டு கிட்டினி இருக்குமாம். அதுல ஒண்ண மட்டும் ஆப்பரேசன் பண்ணி, கோபாலு மாமாவுக்குத் தெரிஞ்ச பெங்களூர் டாக்டர் எடுத்துக்கிட்டு நம்மகிட்ட பத்தாயிரம் ரூவா தருவாராம். அதனால ஒடம்புக்கு கெட்டது ஒண்ணும் ஆவாதாம்.”

லட்சுமி சொன்னதைக் கேட்டதும் கண்கள் மின்னியபடி ஒட்டிக் கிடக்கும் தன் வயிற்றைத் தடவிய கறுப்பி, “ஏக்கா, என் வவுத்துக்குள்ளேயும் ரெண்டு கிட்டினி இருக்கும்தானே?” என்று கேட்டாள்.

(தினமணிக்கதிர் : 1998)

பிம்பம்

சென்னையில் தனியொரு இளைஞனுக்கு வசதியான வாடகை ரூம் கிடைப்பதென்பது, சந்திரனில் மண் எடுப்பதற்குச் சமமாகிவிட்டது. அதிலும் இரண்டு, மூன்று இளைஞர்கள் ஒன்றுசேர்ந்து அறை பிடித்து, தண்ணீர் பிடித்து, சமைத்து, வேலைக்குப் போய், துணி துவைத்து, உலர்த்தி, தேய்த்து, மார்க்கெட் போய் நேரமிருந்தால் சினிமா போய், இத்தனையும் முடிந்த பிறகு மூன்று வட்டிக்கு வாங்கிய பணத்தை காலரை உயர்த்திக் கொண்டு 'சம்பளத்தில் மீதி' யென்று ஊரிலிருக்கும் வீட்டிற்கு அனுப்பி, சென்னையின் அகதிகளான இவர்கள் இப்படியே சம்சாரியை விடக் கடினமான வாழ்க்கையைச் சம்சார சமாச்சாரத்தின் அறிமுகத்திற்கு முன்பே வாழ்ந்துவிடுவதாக நினைத்தான் கிருஷ்ணன்.

சைதாப்பேட்டையின் விளிம்பில் எறும்புக் கூடுகளாய்க் குவிக்கப்பட்ட வீடுகளின் மத்தியில் நண்பர்களைத் தேர்ந்து, அவனும் அந்த ஜோதியில் ஐக்கியமானதை இப்போது நினைத்தாலும் வியந்துதான் போகிறான். வேலையில்லாமல் 'தண்டச்சோறு' தின்பதாக அப்பா சொல்லியிருக்கக் கூடாது. அதுவும் சாப்பிட்டுக்கொண்டிருந்தபோது, அதுவும் இருபத்தியேழு வயது மகனைப் பார்த்து! மீசையின் அனைத்து கால்களும் நிமிர, சென்னைக்குப் பயணமான கிருஷ்ணனுக்கு நண்பர்கள் கிடைத்ததுபோல் வேலை கிடைக்காமல் போனது கொடுமை. அறையில் மற்ற நண்பர்களின் நிலையின் தேய்மானமும் அவனது பயத்தை நாளுக்கு நாள் அதிகரிக்க வைத்துக் கொண்டே போனது. அறையில் மொத்தம் ஐந்து பேர்.

சம்பளத்துடன், தன் அழகான மகளையும் கொடுத்து நகரத்தின் பெரிய கோடீஸ்வரர் கூட்டி போகும் நாளை எதிர்பார்த்தும், விரைவில் தான் சிவப்புக் கம்பளத்தில் நடக்கவிருப்பதாகவும், இல்லை சிவப்புக் கம்பளம் தயாரிக்கும் கம்பெனிக்கு அதிபதியாக ஆகப்போகும், இல்லை ஆகப் போவதாகச் சொல்லி கொள்ளும் நண்பர்கள். 'டீ' யின் ருசியில் தாய்ப்பாசமிருக்கும். ஐவரில் மூவர் பட்டதாரிகள்.

மீதியிருவர் தினக்கூலிக்கு போய் மூவரின் பாஷையில் சொல்வதானால் 'ஏதோ' வாழ்ந்து கொண்டிருப்பவர்கள். மூவருள் ஒருவனாகிப் போனதில் தாய்ப்பாசம் (டீ) கூட அடிக்கடி தட்டுப்பாடாகிவிடுகிறது கிருஷ்ணனுக்கு. ஆனாலும் மதிக்காத குடும்பத்திற்கு எதிராக வாழ்ந்து காட்டவிருப்பதில்... அப்போது அப்பாவை எப்படியெல்லாம் திட்டலாம் என்னும் கற்பனையில் அமர்ந்து, அந்நினைவுகளையே அஜீரணமாகும் வரை உணவாக்கிக் கொள்வான். சிகரெட் ஒத்தடத்திற்குப் பஞ் சமிருக்காது

இவ்வாழ்க்கையின் வேதனை நாள், கறுப்பு நாள், ஞாயிற்றுக்கிழமை. வாரம் முழுக்க உழைத்த இருவரும் அன்று வெளியில் சுற்றக் கிளம்ப, அறைக் காவலாய்க் கிடக்க வேண்டியிருக்கும். கோவையிலிருந்து பரத்தின் அப்பா அனுப்பும் 'கப்பத் தொகை' வந்து சேராததில் மூவரணி படு பயங்கர பாதிப்புக்குள்ளாகியிருந்தது.

கிருஷ்ணனுக்கு என்ன செய்வதென்று புரியவில்லை. டபுள் எம்.ஏ. படித்துவிட்டுக் கூலி வேலைக்குப் போவதில் அவனுக்கும் சரி, எதிர்கால 'கோடீஸ்வரர்' அவனுக்கும் சரி துளிகூட விருப்பமில்லை, ஆனால் இப்போது ஒரு டீ குடித்தாக வேண்டும். கண்களுக்கு மேற்புறம் வழக்கமாக தலைவலி வரும் பகுதியில் 'வலிக்கட்டுமா?' தொனியில் விசாரிப்புகள் வரத் தொடங்கிவிட்டன.

முதல் நாள் காலையில் தங்கவேல் (இருவரணி) அவனை மட்டும் இரகசியமாய் அழைத்துப்போய் தூரத்து 'ஆறிய இட்லிக் கடை'யில் ஐந்து இட்லி வாங்கிக் கொடுத்தான். கடைசி விள்ளலை வாயிலிட்டுக் குதப்பும் போதே கிருஷ்ணனுக்கு யோசனை வந்தது, அடுத்த சாப்பிடும் வேளை பற்றி. ஆயிற்று, இருபத்து மூன்று மணி நேரம் + ஐந்து இட்லி அகோர பசி.

தெரு முனையிலிருக்கும் 'அவரை' பார்க்க வேண்டிய முடிவுக்கு வந்தான். சிகரெட்டிற்கே பஞ்சமாகும் நேரத்தில் வழக்கமாக அவர் நினைவுதான் கிருஷ்ணனுக்கு வரும்.

அவர் 'புகழ் ராஜா'! "புனை பெயரெல்லாம் கிடையாது. நான் பின்னால் இப்படிப் பெரிய கவிஞனாகி, புகழ் குவிக்கப் போவது தெரிந்து என் அப்பாவே வைத்த பெயர் இது, புரிகிறதா?" என்று அடிக்கடி சொல்வார். அவரைப் பார்த்தால் ஒரு டீ, இரண்டு சிகரெட் சம்பாதிக்கலாம். உழைப்பு என்னவென்றால் காதுகளைத் திறந்து வைத்துவிட வேண்டும். அவர் கொட்டிக் கொண்டேயிருப்பார். கேட்க வேண்டும். இல்லை கேட்பதாகத் தலையசைத்து, பேச்சைக் கிளறும் நல்ல கேள்விகளைக் கேட்கவேண்டும்.

கிருஷ்ணன், இரண்டு எம்.ஏ. படித்திருப்பதால் அவன் அறிமுகமான காலகட்டத்திலிருந்தே அவர் "மாமா!" என்றும் அவனைச் செல்லமாக

அழைப்பார். அவன் 'கவிஞரே!" என்பான். இல்லை, பொதுவாக 'வாங்க, போங்க' என்றும் பேசுவான்.

அவன் அதிர்ஷ்டத்திற்குப் புகழ் ராஜா வீட்டிலேயே இருந்தார். அவனைப் பார்த்தவுடன் சிரித்தபடியே வெளியே வந்தார். அவரின் வெளிக் கிளம்பல், டீயும், சிகரெட்டும் உறுதி என்பதைக் கிருஷ்ணனுக்கு அறிவித்தது.

வழக்கமாகக் குடிக்கும் டீக்கடை எதிரில் ஒரு திட்டில் உட்கார்ந்தார்கள்.

"அப்புறம் சொல்லுங்க மாமா, என்ன விசேஷம்?"

"ப்ச்... மூணு இன்டர்வியூக்குப் போனது, ரெண்டு கவிதைப் புத்தகம் லைப்ரரியில் படிச்சது, ஒரு சினிமாவுக்குப் போனது, இதெல்லாம் விசேஷமா கவிஞரே? நீங்க பேசுங்க. ஏதோ வேலை யில்லாத கொடுமைக்கு.. உங்ககிட்டப் பேசிட்டு போறதுதான் ஆறுதலாயிருக்கு..."

எதிர் டீக்கடையில் மாஸ்டர் டீ ஆற்றும் அழகை ரசித்தபடிதான் சொன்னான் கிருஷ்ணன்.

புகழ்ராஜா சுரத்தில்லாமல் அவனைப் பார்த்தார். அவனுக்குத் திகிலாயிருந்தது. வீட்டினில் மனைவியின் அர்ச்சனை முடிந்துவிட்டதோ? டீயும் சிகரெட்டும் அவ்வளவு தானா? இல்லையே, நிலைமை யுத்த நேரமாயிருந்தால் வெளிவந்து, மரத்தடியில் அமரமாட்டாரே!

"என்ன கவிஞரே கவி வானம் மந்தமாயிருக்கு?"

"அதெல்லாம் ஒண்ணுமில்லை. அந்த இன்டர்நெட் கம்பெனிக்கு இன்டர்வியூக்குப் போனீங்களே, அது?"

"அதை விடுங்க கவிஞரே... இன்டர்நெட் கம்பெனிங்காரனுங்க இடியாப்பக் குழாயிலே எத்தனை ஓட்டை இருக்கும்னு கேள்வி கேக்கறானுங்க. நம்மாளுங்க இந்த இட்லி, கெட்டிச் சட்னியிலேர்ந்து இன்னும் வெளியவே வரலை. நீங்க குழந்தைகளோட மனவியல் சம்பந்தமா ஏதோ புத்தகம் எழுதினீங்களே அது என்னாச்சு?"

இது போதுமானதாயிருந்தது புகழ்ராஜாவுக்கு. தன் புத்தகத்தின் மூலாதாரப் பிரச்சினையிலிருந்து பேசத் தொடங்கினார். கிருஷ்ணன் எதிரில் டீக்கடை மாஸ்டர் டீ ஆற்றும் அழகை இரசித்தான். டீ குடிப்பவர்கள் சுவைத்து, ஊதி ஊதிக் குடிக்கும் அழகை இரசித்தான். அவரின் பேச்சு திக்கில்லாமல் எதிலோ மோதித் தடுமாறுவதைப் பார்த்து அவர் பக்கம் பார்த்தான்.

"உண்மைதான், ஜனத்தொகைப் பெருக்கம்தான் இதுக்கெல்லாம் காரணம் கவிஞரே" என்று ஏதோ சொன்னான்.

"ம்... அப்படின்னு சொல்லிட முடியாது. உழைச்சி களைச்சி வர்றவன், பேய்ப் பசிக்கு ரெண்டு உருண்டை சாதத்தை மட்டும் விழுங்கிட்டுப் படுக்கிறான். இரைப்பை பசியோட உடல் பசியும் கலந்திடுது. எதையாவது ஒண்ணையாவது முழுசா தீர்க்க நெனைக்கறான். அடுத்த பத்தாவது மாசம் புது ஜீவன் பூமிக்கு வந்துடுது."

"அடேயப்பா! ஜனத்தொகைப் பெருக்கத்திற்குப் புதுவிளக்கமே சொல்லிட்டீங்க கவிஞரே!"

"அதனாலதான் இந்தியாவை மதிக்க முடியுது. அனைவரின் பிறப்பின் முக்கியத்துவம் புரியுது..." என்பதாக புகழ்ராஜா பேசத் தொடங்கினார். கிருஷ்ணனின் ஆத்மா ஓடிப்போய் டீக்கடை முன்பு நின்றுகொண்டது. எதிர் டீக்கடையில் கணவன், மனைவி, குழந்தையுடன் டீ குடித்துக்கொண்டிருந்தார்கள். குழந்தைக்கு நான்கு வயதிருக்கும். இரண்டு கிளாஸ்களில் ஆற்றி அம்மா கொடுத்தாலும்... சூடு... சூடு... என்றே சொல்லிக் கொண்டிருந்தது. டீ மாஸ்டர் வாயகன்ற பாத்திரத்திலிருந்து சிந்தும் துளிகளை மதிக்காமல் வெகு நேர்த்தியாகக் கண்ணாடி கிளாஸ்களில் டீயை புதைத்துக் கொண்டிருந்த அழகைக் கண் விலகாமல் பார்த்துக் கொண்டிருந்தான் கிருஷ்ணன்.

'இதோ புகழ்ராஜா 'டீ குடிக்கலாமே' என்று சொல்லப் போகிறார். உன்னை வந்து நான் என்ன செய்கிறேன் பார். நீ கொதித்தாலும் சரி, ஒரே மடக்கு பார்.... நேரம் நெருங்கி விட்டது. புகழ் ராஜா கூப்பிடப் போகிறார்.'

முன்னால் வந்து நின்ற ஒரு கிழவனும் அவன் கைப்பிடித்துக் கூட்டி வந்த சின்னப் பெண்ணும் 'அய்யா...!' என்றவுடன் பேச்சை நிறுத்தினார் புகழ்ராஜா. ஒரு நிமிடம் பரபரப்பாகப் பார்த்தார். எந்த இடத்தில் பேச்சை முடித்தார் என்று கிருஷ்ணன் அவரைப் பார்த்தான். பிச்சைக்காரனுக்குக் காசு போட்டவுடன் 'எந்த இடத்துல விட்டேன்'னு நிச்சயம் கேட்பார். எந்த இடத்தில் விட்டார்? புகழ் ராஜா குழப்பத்துடன் பாக்கெட்டைத் தடவியபடி அவனைப் பார்த்தார். "கிருஷ்ணன் சில்லறை இருந்தா கொடுங்க..." அவனுக்கு பாக்கெட்டிலிருந்த ஒரு ரூபாய் நாணயம் ஞாபகம் வந்தது. 'இல்லையென்று சொல்லி விடலாமா? என்று யோசித்தான். ஏதோவோர் உள்ளுணர்வு எதனாலோ தடுக்க ஒரு ரூபாயை எடுத்து அவரிடம் கொடுத்தான். கிழவனின் பாத்திரத்தில் போட்டு அனுப்பிய புகழ்ராஜா, பிறகு நெற்றியில் கை வைத்துக்கொண்டு கொண்டு சொன்னார்,மெதுவாக.

"ஒண்ணைச் சொல்ல மறந்துட்டேன் கிருஷ்ணன். காலையிலே மார்க்கெட் போனப்ப பர்சை ஏதோவொரு கடையிலே மறந்து வெச்சுட்டேன். தேடிப் பார்த்தேன் கிடைக்கலை. கடனோவுடனோ சொல்லி, சாமான்களை வாங்கி வந்து வீட்டிலே கொடுத்துட்டேன்.

நாளைக்குச் சம்பள நாள். அதுதான் அவகிட்டே சொல்லாமலே சமாளிக்கலாம்னு இருக்கேன். அதுல இருநூறு ரூபாய்தான் இருந்தது. அவளுக்குத் தெரிஞ்சா ரெண்டு இலட்சத்தைத் தொலைச்சா மாதிரி பதறுவா. நல்லவேளை. பழக்க தோஷத்திலே பாக்கெட்டுலே கையை விட்டதைப் பார்த்து பிச்சைக்காரன் நின்னுட்டான். உன்கிட்டே சில்லறை இருந்ததால போட்டு விட்டாச்சு... இல்லேன்னா கஷ்டமாய்ப் போயிருக்கும்...”

மேலும் அவர் பேசிக் கொண்டே போனார். டீயின் மீதுற்ற நம்பிக்கை அறுந்தவனாய் டீக்கடையைப் பார்த்துக் கொண்டிருந்தான் கிருஷ்ணன். இப்பொழுது, டீ மாஸ்டர் ‘பொம்பளை மாதிரி’ கோணலா வளைஞ்சு நெளிஞ்சு டீ ஆற்றுவதாகவும், அவரெதிரே அருவெறுப்பாக உறிஞ்சி, உறிஞ்சி டீ குடித்துக்கொண்டு சிகரெட் பிடித்தபடி நின்றவனை ஓங்கி அறையவேண்டும் போலவும் அவனுக்கு எரிச்சல் வந்தது.

(கலைமகள் தீபாவளி மலர் : 1998)

கட்டு விரியன்

நடு காட்டில் நின்றிருந்தேன்.

சுற்றிலும் நீண்ட மரங்கள், செடி, கொடி, காய்ந்த சருகுகளை விட அதிகமாக, மிகவும் அதிகமாக பாம்புகள் நெளிந்து கொண்டிருந்தன.

பல்வேறு வடிவ, நிறங்களுடன் ஒன்றுடன் ஒன்றாகப் பிணைந்து கொண்டிருந்தன. உற்றுப்பார்க்கையில் அந்தக் காட்டின் நிலப்பகுதியே நெளிவது போலிருந்தது. எந்தப் பாம்பிடமும் கடிபடாமல் எப்படியோ காட்டின் மத்திய பகுதிக்கு வந்துவிட்டிருக்கிறேன். என்றாலும் இதேபோல் பாதுகாப்பாக வெளியேறிவிட வேண்டும். கொஞ்சம் தவறினாலும் உயிர் தவறிவிடும்.

மெல்ல நகர்ந்தேன். அடிமேல் அடி வைத்ததெல்லாம் பாம்புகளின் மீதாகவே இருந்தது. நகர்ந்துகொண்டே இருந்தேன். உரசியபடியும், வாலால் என்னைச் சுற்றிச் சுழற்றிய படியுமிருந்த பாம்புகளை உதிர்த்துவிட்டவாறு நகர்ந்தேன்.

காடு, ஒரு பெரிய பாம்பு போல நீண்டு கிடந்தது.

ஒரு வழியாய் அந்தக் காட்டை விட்டு வெளியேறியிருந்தேன். என்றாலும் கண்களுக்குள் அசையாத பொருள்களும் நீண்ட நேரமாக நெளிந்து கொண்டேயிருந்தன. சிறிய கிராமம் தெரிந்தது. மெதுவாக உள்ளே நுழைந்தேன், ஆச்சரியத்தில் மூச்சடைத்தது.

நான் காட்டிற்குள் சென்று மீள்வதற்குள் பூமியில் மனிதர்கள் அனைவருமே சொல்லி வைத்தாற் போல் என்னை விட ஐந்தடிக்கும் உயரமாக வளர்ந்திருந்தார்கள். இப்போது நான் யார்? நானும் மனிதன் தானென்று அவர்களை எப்படி நம்ப வைப்பது? நான் முன்னாள் மனிதனா?

சிந்தித்துக்கொண்டே போனேன். ஒரு சிறிய திருப்பத்தில் திரும்பும் போது எதேச்சையாக பின்புறம் பார்த்து அதிர்ந்தேன். அந்தக்

காட்டிலிருந்து ஒரு பொல்லாத கட்டு விரியன் ஒன்று என்னைத் தொடர்ந்தே வந்திருக்கிறது! என்னை மிகவும் நெருங்கியிருந்த அந்தப் பாம்பின் சுருண்ட நெளிந்த வாலை மட்டுமே நான் பார்த்தேன் என்றாலும் உறுதியாக ஓடத் தொடங்கினேன். கட்டு விரிய பயத்தினால் கண், மண், பூமி, வானம், புரியாமல் ஓடிக்கொண்டேயிருந்தேன். பொழுது சாய்ந்தது.

தஸ்புஸ்ஸென்று மூச்சுவாங்க நின்றேன். இனிமேல் நிச்சயமாய் ஓட முடியாது. மூச்சு வாங்கியது. எனக்கு சாதாரணமாக மூச்சிரைக்கும் போது இப்படி சத்தம் வராது. ஆனாலும் இனிமேல் ஓட முடியாது.

இன்னுமா அது தொடர்ந்து வரும்?

திரும்பிப் பார்த்தேன். பாம்பு, பின்னால் இருந்தது. அதிர்வு நீங்கி ஆச்சரியம் வந்தது. நன்றாகத் திரும்பிப் பார்த்தேன். கட்டுக் கட்டாக கட்டு, நிறம் மாறி நிறம் மாறி, நெளியும் வால். பின் உடல், முன் உடல், பிறகு நான்தான்! அது என் வால். அது என் உடல். நல்ல வேளை, நான்தான் அந்தக் கட்டு விரியன்.

நிம்மதியாக இருந்தது.

சற்று நேரம் கழித்து புதிய பயம் எழுந்தது, மனிதர்கள் நடுவில் நானெப்படி வாழமுடியும்? என்னைவிட உயர உயரமான மனிதர்கள்... சுற்றிலும் மனிதர்கள்!

வேகமாகக் காட்டை நோக்கி ஊர்ந்து செல்லத் தொடங்கினேன்.

நடுகாட்டிற்குச் சென்றவுடன் மீண்டும் மனிதனாகி விட்டால் என்ன செய்வது... என்ற குழப்பமேற்பட்டபோது, செவிப்பறைகளில் புதிய வார்த்தைகள் வந்து பலமாக மோதின.

"படிக்கிறவங்களுக்கே உட்கார சீட் இல்லே. இதிலே தூக்கம் வேற. ஹலோ சார்... உங்களைத்தான்!"

கண்களைக் கசக்கிக் கொண்டு எழுந்து நிமிர்ந்து அமர்ந்தேன். நூலக நாற்காலியில் உட்கார்ந்தவாறு தூங்கியதில் வால் வலித்தது. அது வாலா, காலா என்று ஒரு முறைப் பார்த்துக்கொண்டேன். நூலகக் கடிகாரம் ஐந்தைக் காட்டியது. இந்நேரம் சுகுமார் வீட்டிற்கு வந்திருப்பான். அவனைப் பார்த்து மூளையை அரித்துக்கொண்டிருக்கும் வார்த்தைகளைக் கொட்டித் தீர்க்கவேண்டும். இல்லையெனில் பரமனின் நேற்றைய பேச்சுகள் ஒன்றுகூடி என்னை மொத்தமாக தின்றுவிட்டாலும் விடும்.

எழுந்து நின்றேன். கால் இருந்தது. எழுப்பியவனுக்கும், ஒரு சில படிப்பாளிகளுக்கும் வால்கள் நெளிந்துகொண்டிருந்தன. நூலகத்திலிருந்து வெளியே வந்த போது சாலையிலும் பலருக்கு வால்கள் தெரிந்தன.

பரமனுக்கும் வால்தானிருக்க வேண்டும். இல்லையென்றால் அவனால் அத்தனை கொடிய வார்த்தைகளை எப்படி உச்சரித்திருக்க முடியும்!

நேற்று தேடிப்போய் அவனைப் பார்த்து பேசியது தவறாக முடிந்து போனது. என்னைப்பற்றிய விமர்சனங்களை, தவறான விமர்சனங்களை என்னிடமே சொல்வதற்கு அவன் எப்படி துணிந்தான்? அவன் நேற்றைய பேச்சில் என்னைப் பற்றிய கோரமான ஏளனக் கணிப்பு தெளிவாக அடங்கிக் கிடந்தது. உண்மையிலேயே அவன் என்னைக் கணித்திருந்தபடி என் வாழ்க்கை அமைந்திருந்தால் நான் இறந்து பல வருடங்களாயிருக்கும். கூட, அது ஒரு தற்கொலையாகவும் இருந்திருக்கும். அவன் யூகம், வெறும் யூகம். அவன் மனிதர்களைப் படிக்கத் துவங்கிவிட்டானாம். அதை அவனே அவனுக்கு உணர்த்திக்கொள்ள நேற்று என்னைப் படுமோசமாகப் பயன்படுத்திக் கொண்டான். என்மேல் அக்கறையுள்ளவன் போல் அவன் என்மேல் சார்த்திய தப்பும் தவறுமான விமர்சன வார்த்தைகளில் தோய்க்கப்பட்டிருந்த விஷத்தின் கடுமையைக் கொடுமையாகவே உணரமுடிந்தது. இறுதியில் எனக்காக அவன் வருத்தப்பட்ட போது அவன் நாக்கிலிருந்து சீழ் வடிந்ததை நான் நன்றாகவே பார்த்தேன்.

அவன் அவ்வளவு பேசிய போதும் நான் அவற்றை எதிர்த்து ஒரு வார்த்தையும் பேசவில்லை. பேச மாட்டேன். உயிரில்லாத வார்த்தைகளுக்கு கை அழுகியிருந்தாலென்ன? தலை அழுகி யிருந்தாலென்ன? எனக்கு எளிதில், கடினமாகப் கூட கோபம் வராது. எதையும் எதிர்த்துப் பேசமாட்டேன். இப்பேர்ப்பட்ட என் குணத்தின் மீது பரமன் தன் கேலியான சாமான்ய கனவுகளை மிக அலட்சியமாக நேற்று திணித்து விட்டான். சுகுமார் இந்நேரம் வந்திருப்பான். அவன் வீடு அடுத்த வீதியில்தானிருந்தது. சுகுமார் என் நெருங்கிய நண்பன். பரமனின் நேற்றைய விமர்சனங்கள் குறித்து சுகுமாரிடம் சொல்லித்தான் ஆறுதல் தேடமுடியும்.

பரமனும் என் நண்பன் என்று சொல்லிக் கொள்பவன் தான். அந்த ஒரே காரணத்தினால்தான், அடிக்கடி வெளிவந்து உட்புகும் அவன் நாக்கு, நேற்று அநியாயத்திற்கு சுதந்திரத்தினை எடுத்துக்கொண்டது. சுகுமாரின் வீட்டை நோக்கி நடந்துகொண்டிருந்தேன். சுகுமாருக்கு என்னைப்பற்றியும், பரமனைப் பற்றியும் நன்றாகவே தெரியும். பரமனின் விஷத்தினைக் கழுவி விட சுகுமாரால்தான் முடியும். இதுபோன்ற பல வேளைகளில் அவனின் ஆறுதல் மொழிகள் இல்லாமல் போ யிருந்தால் நானும் எப்போதோ கட்டு விரியனாகி ஏதாவதொரு காட்டுக்குள் ஓடியிருப்பேன். சுகுமாரின் வார்த்தைகள் என்னை ஏற்கனவே அறிந்திருக்கும் காரணத்தினால், அவை மறந்துபோன என் வார்த்தைகளாகவே மாறி, பல நாட்கள் மன இறுக்கத்தினால் முளைக்கவிருந்த கெட்ட கனவுகளைத் தவிர்த்திருக்கிறேன்.

என்னிடம் இருப்பனவற்றை இல்லாதவையாகவும், இல்லாதவற்றை இருப்பதாகவும் காட்ட பரமன் துளிகூட சிரமப்படவில்லை. அத்தனை அருவெறுப்பான, மனசாட்சி இல்லாத பொய்களை ஒரு நாக்கினால் எப்படி இயல்பாக வெளிப்படுத்த முடிந்தது! நான் எத்தனை கேவலமான வாழ்க்கை வாழ்ந்திருந்தால் அவனுக்குத் திருப்தியாக இருந்திருக்குமோ அதையெல்லாம் என் குணம் தெரிந்த, கொடுத்த தைரியத்தினால் என்னிடமே கூறிவிட்டான். நான் ஏன் இத்தனை அசடாக இருக்கிறேன்? அவன் அவ்வளவு பேசும்போதும் எதற்காக நான் வெறுமனே தலையாட்ட வேண்டும்..., பிறகேன் இப்படிக் குமைய வேண்டும், ஆறுதலுக்கு அலையவேண்டும்? ஆற்று நீரில் தத்தளித்த தேளைக் காப்பாற்றிய முனிவனின் சகிப்புத்தன்மையா? கொட்டுவது தேளின் குணம். காப்பாற்றுவது முனிவனின் குணம். காப்பாற்றிய பிறகு சுகுமார் போல யாராவது அந்த முனிவனுக்கும் விஷ முறிவு கொடுத்திருக்கலாம். என்றாலும் நேற்று பரமன் கிளம்பும்போது, அவன் மாமனாரின் மூல வியாதி குறித்து நான் நலம் விசாரித்திருக்கத் தேவையில்லையென்று இப்போது தோன்றுகிறது.

தூரத்தில் சுகுமாரின் வீடு தெரிய, உள்ளுக்குள் வார்த்தைகள் தாறுமாறாகப் பொங்கின. சுகுமாரிடம் இது குறித்து நிறையவும் பேசி விடக்கூடாது. அதனால் பரமனின் விமர்சனங்கள் என்னை மிகவும் பாதித்து விட்டதாக, சுகுமார் நினைத்து விடக்கூடும். அவை என்னைச் சிறிதும் பாதிக்கவில்லை என்று சொல்லிக் கொண்டேன். பாதிப்பில்லை. உண்மையான விமர்சனமென்றால் அதை செய்தவன் மேல் கோபம் வருமாம். இது அவ்வகை சார்ந்ததா? சிரிப்பு வந்தது. முட்டாள்தனமான, கண்மூடித்தனமான விமர்சனம் கண்டு கோபம் வந்தால்? வரும்! வருவது போலிருந்தது.

எனக்கு மட்டுமேன் இத்தனை சகிப்புத்தன்மை இருக்கவேண்டும்!

'நல்ல மனுஷன்... யாரையும் கடிஞ்சு கூட பேசமாட்டார்!' 'மயிர்ல நல்ல மனுஷன்!' நல்ல மனிதனின் இதயத்தைப் பிடுங்கித்தான் இப்படி படித்துறை சலவைக் கல்லில் அடித்து, பிழிந்து முள்வேலியில் காயப்போட்டுவிடுகிறார்களே!. எனக்கும் கோபம் வந்தது. நினைக்க, நினைக்கப் பெருங்கோபமே உருவாகும் போலிருந்தது. இனி பரமனுக்கு போதாத காலம்தான். எனக்கும் கோபம் வருகிறது. பாவம் அவன். சுகுமாரின் வீடு முதல் மாடியிலிருந்தது. வெயில் மறையத் தொடங்கி யிருந்தது, படிக்கட்டின் கைப்பிடிகளில் படர்ந்திருந்த மல்லிகைக் கொடிகளிலிருந்து எழுந்த மெல்லிய வாசனையை ரசித்தபடி மேலேறி கதவை நெருங்கிய போது, அது பூட்டியிருந்தது. சுகுமார் இல்லை.

இனி, என்ன செய்வது? தலைகுனிந்தபடி படிகளில் கீழிறங்கினேன். யாரோ மேலேறும் நிழல் சத்தம் பார்த்து நிமிர்ந்தேன். பரமன்! மேலே ஏறிக்கொண்டிருந்தான். நான் அப்படியே நின்றுவிட்டேன்! தலையை

உயர்த்தி பார்த்த அவனும் ஏனோ சிலையாக நின்றுவிட்டான். சிறிது நேரம் இருவரும் எதுவும் பேசவில்லை. மௌனமாகக் கீழே இறங்கினோம். 'உன் மாமனாரின் மூல வியாதி குறித்து எனக்கு எந்த அக்கறையும் பெரிதாகக் கிடையாது என்று சொல்லி விடலாமா? இப்போது சொல்வதில் நியாயமே கிடையாது. நேற்றே சொல்லி யிருக்க வேண்டும் இல்லையில்லை, எதுவும் சொல்லாமலே விட்டிருக்க வேண்டும். இப்போது தேவையில்லாமல் இதைச் சொல்வது நிரம்பவும் அநியாயம்.

"என்ன இவ்வளவு தூரம்?" துவேஷம் தெரியாதவாறு கேட்டேன்.

"மூடு சரியில்லே. சுகுமாரைப் பார்த்து கொஞ்ச நேரம் பேசிட்டு போலாம்னு வந்தேன். எங்க போயிருப்பான்?" அப்பாவியாய் கேட்டான். "தெரியலை" என்றேன்.

பின்னர் கொளுத்தும் வெயில் பற்றி ஏதோ பேசினான். மீண்டும் மௌனம். "ஒரு சின்ன விஷயம்...?" இழுத்தான். 'என்ன?' என்பதாகப் பார்த்தேன்.

"பெரிசா ஒண்ணுமில்லே. நேத்து நான் பாட்டுக்கு நிறைய பேசிட்டேன். ஃபிரண்டுங்கற உரிமையிலதான் சொன்னேன். நீ தப்பாயேதும் எடுத்துக்கலையே?"

"அதெல்லாம் ஒண்ணுமில்லே..."

"எனக்குத் தெரியும். நீ தப்பா எடுத்துக்க மாட்டேன்னு. அத்தோட நான் இல்லாததை எதையும் சொல்லலையே அப்புறம், நேத்து நான் சொன்னதையெல்லாம் நீ நல்லா யோசிக்கணும்... ஏன்னா..."

நேற்றைய தொடர்ச்சியாகப் பரமன் பேசத் தொடங்கினான். கோபமோ, வார்த்தைகளோ தோன்றாததால் வழக்கம் போல பேசாமல் நின்றிருந்தேன். சற்று நேரத்தில் அவன் தொடங்கி, சுற்று வட்டாரம் முழுக்க எனக்குள்ளாக நெளியத் தொடங்கிற்று.

இன்றிரவு கெட்ட கனவுகள் வரும்.

(சுந்தரசுகன் : 1999)

கூழாங்கல் பாட்டு

கிராமத்தை நெருங்க நெருங்க மைனாவதியின் மனத்தில் தம்பியின் நினைவுகள் கொப்பளிக்கத் தொடங்கின.

"குழப்பாடு எறங்கே..!" கண்டக்டரின் நீண்ட விசிலுக்கு மரியாதை கொடுத்து, மைனாவின் கணவன் கோபால் பெட்டியுடன் இறங்கினான். குழந்தை சசியைத் தோளில் சார்த்திக் கொண்டு மைனாவும் இறங்கினாள்.

தம் சொந்த கிராமத்தில் கால் பதித்தவுடன் அவளின் சுவாசமெங்கிலும் பற்பல இனம் புரியா உணர்வுகள் விழுது விட்டுக் கிளம்பின. அத்தனை விழுதுகளிலும் அவளின் ஒரே தம்பி ஜெகன் தெத்துப்பல் தெரிய உற்சாகமாக ஊஞ்சலாடிக் கொண்டிருந்தான்.

மைனா கடைசியாக குழப்பாடு வந்து ஆறு மாதங்களாகின்றன. தம்பியிடம் பேசியும்தான். எந்தக் கருநாக்கின் சாபமோ என்று கிராம மக்கள் நிறைய அங்கலாய்த்தனர். அக்காளும் தம்பியும் ஆறு மாதங்களாகப் பேச்சுவார்த்தை இல்லாமலிருப்பது குறித்து அனைவரும் அதிகம் பேசினர். அப்படி அவர்கள் புறம் புறமாகப் புறம் பேசியதற்குக் காரணம் இல்லாமலில்லை.

மைனாவையும், ஜெகனையும் அவர்களின் பெற்றோர் அநாதைகளாக்கிவிட்டு ஒரே நேரத்தில் தொற்று நோயொன்றிற்குத் தங்களைத் தாரை வார்த்த பொழுது அக்காளுக்குப் பத்து வயதும், தம்பிக்கு நான்கு வயதும் மட்டுமே. குடும்பச் சொத்தான இரண்டு ஏக்கர் நன்செய் நிலத்தைக் கவனித்துக் கொண்டவர்கள் இருவரையும் முடிந்த மட்டும் படிக்கவைத்து, மைனாவின் திருமணம் வரை முன்னின்று துணையிருந்தனர். ஊர் முழுக்க துணையிருந்தாலும் ஜெகனுக்கு அக்கா மைனாவதியே அனைத்து உறவுகளுமாய் இருந்தாள். அவளுக்கும் அவன் அப்படியே. குழப்பாட்டிலிருந்து இரண்டு கிராமங்கள் தள்ளியிருக்கும் கொண்டலாம்பட்டியிலிருந்து கோபால், மைனாவைப் பெண் பார்க்க வந்தபோது அக்கா, தம்பியின் உயிர்ப்

பாசமறிந்து ஜெகனையும் தங்களுடனே வைத்துக்கொள்ளலாம் என்று பெருந்தன்மையாகக் கூறினான்.

ஜெகன் சம்மதித்தாலும் மைனா மறுத்துவிட்டாள். 'அக்கா.... அக்கா...' என்று இன்னும் எத்தனை காலம் தான் அவன் தன் சுவாசத்தையே சுவாசித்துக் கொண்டு காலம் கழிப்பான்? அவனுக்கான சொந்த சுவாசத்தை அவன் உருவாக்கிக்கொள்ள வேண்டிய அவசியத்தை அவள் உணர்ந்திருந்தாள். அப்போது ஜெகனுக்கு இருபது வயது முடிந்திருந்தது.

திருமணத்திற்குப் பிறகு மாதத்திற்கு இருமுறையாவது தம்பியைப் பார்த்து நலம் விசாரிக்கக் குழப்பாடு வந்துவிடுவாள். அக்கா வந்து விட்டால் ஜெகனின் அன்றைய வயல்வேலை, ஆகாய வேலை என்று எதிருந்தாலும் அது ஸ்தம்பித்துவிடும். 'வாக்கா' என்று பாசத்துடன் பேசத் தொடங்கினான் என்றால் பொழுது சாயும் முன்பு அவளை முக்கியச் சாலைக்குச் சென்று கொண்டலாம்பட்டி பேருந்தில் ஏற்றிவிடும் வரை 'அக்கா... அக்கா...' என்று வாய் ஓயாமல் பேசிக் கொண்டிருக்கவும், குழந்தையைப் போல் அக்காவுக்கு 'டாடா' காட்டி, கையசைத்து வழியனுப்பவும் அவனிடம் பாசம் இருந்து கொண்டேயிருந்தது. தம்பியின் அத்தனை பாசத்தினையும் விழுங்கி விடுமளவுக்கே மைனாவும் அவன் மீது அன்பு செலுத்தி வந்தாள். அப்போட்டியில் இருவரையும் இருவரும் வென்றிருந்தார்கள்.

அத்தனையும் ஆறு மாதங்களுக்கு முன்பு தலைகீழானது. திடீரென ஜெகன் அக்காவிடம் பேசுவதைக் குறைத்துக் கொள்ளத் தொடங்கினான். குழந்தை சசியிடம் விளையாடும் தம்பி குறித்து தொடக்கத்தில் மைனாவுக்குச் சந்தேகம் ஏதும் இருக்கவில்லை. பிற்பாடு மெதுவாக உணர்ந்தாள். ஜெகன் தன்னிடம் பேசுவதைக் குறைக்க, நிறுத்த முயற்சி செய்கிறான் என்பதை உணர்ந்தாள்.

குழப்பாடு வருவதை நிறுத்திக் கொண்டாள். என்றாலும் கொண்டலாம்பட்டி வந்து சசியைப் பார்த்து விட்டு போன ஜெகன் அப்போதும் அக்காவிடம் பேசவில்லை. அவளும் காரணம் கேட்கவில்லை. எதுவுமே கேட்கவில்லை. வருவான். சசியைக் கொஞ்சுவான். விளையாடுவான். வெளியே கூட்டிப் போவான். அத்தானிடம் சொல்லிக் கொண்டு கிளம்பி விடுவான்.

கோபால் குழம்பிப் போனான்.

"ஜெகன், அக்காகிட்ட என்ன கோவம்? எதாயிருந்தாலும் வாய்விட்டுச் சொன்னாதானே தெரியும். மனசோட வெச்சிருந்தா மத்தவங்களுக்கு எப்படித் தெரியும்? அவளும் வீம்புக்காரி. காரணம் தெரியாமலே 'உம்'ன்னு இருக்கா. உங்களுக்குள்ள அப்படி என்ன பிரச்சனை?"

பட்டவர்த்தனமாகக் கேட்டுப்பார்த்தும், ஜெகன் பதிலேதும் சொல்லாமல் மழுப்பிவிட்டதனால் மைனா மேலும் கலங்கிப் போனாள். ‘சின்னப்பய, அவனுக்கே அத்தனை அமுக்கம்னா, அவனைத் தாயா இருந்து வளர்த்தவ நான். எனக்கு எத்தனையிருக்கும்?’ அவள் மேலும் வீம்பானாள்.

ஆறு மாதங்களுக்குப் பின்னர் மீண்டும் இப்போதுதான் குழப்பாடு வருகிறாள், குடும்பத்துடன். ஜெகன் வரவழைத்து விட்டான்.

அவர்கள் குழப்பாடு செல்லும் பாதையில், இரட்டை மாட்டு வண்டி கோடிழுத்திருந்த தடத்தின் மேலாக நடந்து கொண்டிருந்தனர்.

வேண்டுமென்றே ஜெகன் பற்றியே அடிக்கடி பேசிக் கொண்டே நடந்தான் கோபால். சொல்லிவிட்டு மைனாவதியின் முகத்தைப் பார்த்தான், அவள் அழுகிறாளா என்று. அவள் அழவில்லை என்பதையறிந்து கொஞ்சம் அச்சத்துடனே நடந்தான். மைனாவின் தோளில் சசி தூங்கியிருந்தாள்;.

குழப்பாட்டின் காவல் தெய்வமான அய்யனார் கோவிலைத் தாண்டிய போது மைனா மெதுவாகப் பேசத் தொடங்கினாள்.

“எதனால என்கிட்ட பேசறதை நிறுத்தினான்? நீங்களே சொல்லுங்க. அவன் என்னை ஒதுக்கலைன்னா, நான் இப்படி ஆறு மாசமா அவனைப் பார்க்க இங்க வராம இருப்பேனா?” வலது கையை நெஞ்சில் வைத்துக்கொண்டு அவள் கேட்ட கேள்விக்கு கோபால் பதிலேதும் கூறவில்லை. எப்படிச் சொல்வான்? கிளம்பியதிலிருந்து இந்த ஒரே கேள்வியைத்தான் அவள் திரும்பத் திரும்ப கேட்டுக் கொண்டிருக்கிறாள். கோபால் பதில் அறியாதவன். ஜெகன் மட்டுமே பதில் கூறமுடியும். ஆனால் இனி அவன் கூறமாட்டான். கூறமுடியாது. இப்போது அவனே கேள்வியாகி விட்டிருந்தான்.

கோவணத்தாண்டி மடம், சூரியகாத்தான் குளம் என்று கிராமம் மெல்லத் தலைகாட்டத் தொடங்கியது. பல வடிவிலான குடிசைகள் வரிசையில் அமைந்திருக்க, வெளியிலிருந்து ஓரடி சாணித்திண்ணைகளில் தொடராக முதிய மக்கள். தங்களின் வருகையைச் சுட்டிக்காட்டி அவர்கள் குசுகுசுப்பதை உணர்ந்தாலும் அதுபற்றிச் சிறிதும் மைனா அலட்டிக் கொள்ளவில்லை. அவள் நினைவு வானமெங்கும் ‘ஜெகன் ஏன் பேசுவதை நிறுத்தினான்?’ என்ற ஒரே கேள்வி மட்டுமே பரந்துவிட்டிருந்தது.

வீடுகளும் மனிதர்களும் கூட்டம் கூட்டமாக எதிர் கொண்டனர். பலரும் மைனாவைப் பார்த்து வாயில் துணியடைத்துத் தழுதழுத்தனர். தனக்கான பதிலை அவ்விதமாக அவர்கள் அடக்கிக் கொண்டதாக மைனா நினைத்துக் கொண்டாள். ஆனால் ஜெகன் சொல்லி

விடுவானென்று உறுதியாயிருந்தாள். அந்தச் சிறிய ஓட்டுவீட்டின் முன்பாகப் பலரும் நின்றும் அமர்ந்துமிருந்தனர். அதுதான் மைனாவின் வீடு. ஜெகனின் வீடு. திருமணமாகி மைனா வேறு ஊர் சென்றுவிட்டாலும் இன்னமும் அக்கிராமத்திற்கு அது 'மைனா வீடு' தான்.

மைனாவைப் பார்த்தவுடன் உட்கார்ந்திருந்தவர்களும் எழுந்து கொண்டனர். அழுதனர். பலவிதமான அழுகைகள் அங்கே மோதிக்கொண்டன. மைனாவின் வருகை தெரிந்தவுடன் வீட்டினுள்ளிருந்து கிளம்பிய பலரின் அழுகைக் குரல்கள் பெரும் ஓலமாகி ஒரே நேரத்தில் வெளியில் ஓடி வந்து காதடைத்ததில் குழந்தை சசி மிரண்டு போனாள். கோபால் மேலும் கலங்கினான். ஆனால் 'இதெல்லாம் என்ன?' என்பதாக மைனா மட்டும் ஏதுமற்று நின்றிருந்தாள்.

சாணி கொட்டும் குழிக்கு அருகில் இரண்டு, மூன்று பேர் சேர்ந்து மூங்கில்கள், பச்சை தென்னங்கீற்றுகளைக் கொண்டு படுக்கை போல ஏதோவொன்றைத் தயாரித்துக்கொண்டிருந்ததையும் வெற்றுப் பார்வையாகத்தான் உணர்ந்தாள்.

ஆனாலும் அவளுக்குள் இப்போது புதிய கேள்வியொன்றும் முளை விட்டிருந்தது.

"வாக்கா, அட ஆச்சரியமா அத்தானும் வந்திருக்காரே! சசிக்குட்டி தூங்கிவிட்டாளா? அவளை என்கிட்ட கொடு, சசி எந்திரி மாமா பார்... மாமா பார்... கூழாங்கல் பாட்டு சொல்லு..." அக்காளின், அவள் மகளின் வருகைக் கண்டு குதிப்பான், துடிப்பான். தீராத நதிப்பிரவாகமாக அவளிடம் கிராமத்து நிகழ்வுகளைப் பட்டியல் போடத் துவங்குவான். 'இப்போது ஏன் வெளியே வராமல் உள்ளேயே பதுங்கியிருக்கிறான்? என்ற கேள்வியுடன் மைனா வீட்டிற்கு வெளிப்புறத்திலேயே ஸ்தம்பித்தாள்.

கோபால் குழந்தையை ஒரு பாட்டியிடம் கொடுத்து விட்டு மைனாவின் கரம் பற்றி மெதுவாக வீட்டிற்குள் கூட்டிப் போனான். நடு அறையில் பலரும் சுற்றிலும் அமர்ந்திருக்க, ஜெகன் நடுநாயகமாக நாற்காலி ஒன்றில் கண்களை மூடி அமர்ந்திருப்பதை மைனா பார்த்தாள். அவன் கால் மாட்டில் வைக்கப்பட்டிருந்த ஊதுவத்தி, பழம் குறித்த காரணங்களை அவள் உணராவிட்டாலும், தம்மிடம் அவன் பேச மறுத்ததற்கான காரணத்தை இப்போது கூறிவிடுவானென்று நம்பினாள். மூடியிருந்த அவன் கண்களையே பார்த்துக் கொண்டிருந்தாள்.

'ஜெகனைப் பற்றி எனக்குத் தெரியாதா? அவன் அத்தனை பிடிவாதக்காரனெல்லாம் கிடையாது. இதோ... இன்னும் சிறிது நேரத்தில், கண்களைத் திறந்தவுடன் என் கேள்விகளின் மீது மூடியிருக்கும்

பூங்காற்று தனசேகர் 29

இமைகளையும் திறந்து விடுவான்,. அவன் மென்மையானவன், குழந்தை போன்றவன், அவன் என் சகலமானவன்.'

மைனா, அவன் இமைகளைப் பார்த்துக் கொண்டிருந்தாள்.

நேற்று, இரவு நேரத்தில் கிணற்று மோட்டாரைச் சரி செய்து கொண்டிருந்த போது மின்சாரம் தாக்கியதில் ஜெகன் இப்படியாகி விட்டதாக அனைவரும் திரும்பத் திரும்பக் கூறி அழுததெல்லாம் அவளை அணுவளவும் அசைக்கவில்லை. அவள் மின்சாரத்தைவிட மோசமான கேள்விகளால் தாக்கப்பட்டுக் கொண்டேயிருந்தாள்.

திடீரென்று அவளின் கன்னத்தில் ஓங்கித்தட்டிய கோபால், "அழு...! அழு...!" என்றான் உக்கிரமாக. அவள் மௌனமாக இருந்தாள். "அதோ பார்...! உன் தம்பியைஞ் எப்படி உட்கார்ந்திருக்கான் பார்...! அழு...! அழுடி...!" ஜெகனைச்சுட்டியபடி கோபால் எழுப்பிய கதறலுக்கு அவள் செவி சாய்க்காமல் வீட்டிற்கு வெளியே வந்துவிட்டாள்.

குழந்தை சசி விளையாடிக்கொண்டிருந்தான். சாணிக் குழம்பினால் பூசி பூசி இறுகியிருந்த மண் தரையில் தன் பிஞ்சு பாதங்களில் சற்று தடித்த கோலத்தை வரைய முற்பட்டிருந்தாள். சசியின் உதடுகள் அந்தப் பாட்டைத் திரும்பத் திரும்ப சரியான ஏற்றத்தாழ்வுகளுடன் உச்சரித்துக் கொண்டேயிருந்தன.

"பாட்டிப்பல்லு கூழாங்கல்லு...
பாட்டிப்பல்லு கூழாங்கல்லு...
கூழாங்கல்லுக்கும்
கூழாங்கல்லுக்கும்
சந்து தூரம் ஏழு கல்லு
சந்து தூரம் ஏழு கல்லு
ஏழு கல்லு சந்துக்குள்ளே
தெரியுது பார்...
வெத்திலை
பாக்கு
சுண்ணாம்பு!"

கைகளை அசைத்தவாறு சசி தொடர்ந்து பாடிக் கொண்டிருந்தாள். இது அவள் பேசத் தொடங்கிய காலக் கட்டத்திலேயே ஜெகன் சொல்லிக் கொடுத்த பாட்டு. ஜெகனுக்கு அதைச் சிறுவயதில் மைனாவதி சொல்லிக் கொடுத்தாள். சசியுடன் அவளுக்கும் பாட வேண்டும் போலிருந்தது.

சசி மழலை பேசத் தொடங்கிய போதே அக்காவிடம் காட்டிய பாசத்தின் பாதியைக் குழந்தையிடம் காட்டத்துவங்கினான் ஜெகன்.

குழப்பாட்டிலிருந்து திரும்ப ஊருக்குக் கிளம்பும் போது குழந்தையை ஜெகனிடமிருந்து வெட்டித்தான் பிரிக்க வேண்டியிருக்கும்.

பேருந்தில் அக்காவையும் குழந்தையையும் ஏற்றிய பிறகு "மாமா டாடா... டாடா..." என்று குழந்தையின் கையசைப்பைப் பெறாமல் அவன் திரும்பியதில்லை. பேருந்து கண்களை விட்டு மறையும் வரை அவன் கையாட்டிக் கொண்டே நிற்பதும், சசியின் கையசைப்பும் தொடரும்.

சசி பிறந்து இரண்டு மாதங்கள் இருக்கும். மைனாவை பார்க்க ஜெகன் கொண்டலாம்பட்டி வந்து போய்க் கொண்டிருந்த நேரமது. ஒரு நாள் நடு இரவில் சைக்கிளை மிதித்துக்கொண்டு வியர்க்க விறுவிறுக்க வந்திருந்தான். கதவைத் திறந்த கோபால் திகைத்தான்.

"என்ன ஜெகன் இந்நேரத்தில்... ஊர்ல ஏதாவது?"

"அதெல்லாம் ஒண்ணுமில்லே மாமா.. திடீர்னு குழந்தையைப் பார்க்கணும் போலிருந்தது."

கோபால் சிரித்தேவிட்டான்.

'அட இதுதானா? நான் என்னமோ ஏதோன்னு பயந்துட்டேன். ஏன் ஜெகன், காலைல வந்தா ஒரு நாள் முழுக்க உன் அக்கா மகளை இருந்து பார்த்துட்டு போலமே... சரி... உள்ள வா..."

"என்னமோ உடனே பார்க்கணும் போல... நாளைக்கு வயல்ல நிறைய வேலையிருக்கு. உடனே கௌம்பணும். சசியைப் பார்த்துட்டு."

"குழந்தை அசந்து தூங்கிட்டிருக்காளே..."

"பரவாயில்லே மாமா. நான் எழுப்பாம பார்த்துட்டுப் போயிடறேனே!"

அசங்காமல்... வைத்தவிழி சுணங்காமல் தூங்கிக் கொண்டிருந்த சசியைப் பார்த்துவிட்டுக் கிளம்பினான். அத்தனை பாசமிக்க மாமனைப் பற்றி எவ்விதக் குழப்பமுமின்றி சசியே விளையாடிக் கொண்டிருக்கும்போது தான் மட்டும் எதற்காக குழம்ப வேண்டும்! தனக்காக 'டாடா' காட்டிக் கொண்டு பேருந்து நிறுத்தத்திலேயே நின்று கொண்டிருக்கும் மாமனின் நினைவுக்குமிழிகளைக் குழந்தையிடமிருந்தே எந்த மின்சாரமும் பிரித்துவிட முடியாதபோது தன்னிடமிருந்து வேறு எதுதான் பறித்துவிடும்?

இவ்விதமாக எண்ணியபடியே மைனா இறுகிப்போய் அமர்ந்திருந்தாள். அழாமல் இருந்தாள். தம்பி இன்னமும் மௌனத்துடனிருப்பது பற்றி மட்டுமே கலக்கம் கொண்டிருந்தாள். சசியின் உதடுகளிலிருந்து கூழாங்கல் பாட்டு தொடர்ந்து, உருண்டு வழிந்து கொண்டிருந்தது.

அத்தனை சிலுவைகளையும் கோபால் மட்டுமே தனியாளாகச் சுமந்து கொண்டிருந்தான். தகவல் கேட்ட நொடிக்கு முன் நொடி யிலேயே தன் நினைவுகளைத் தக்க வைத்துக்கொண்ட மனைவியை எவ்விதமாக சுய நிலைமைக்கு மீட்பதென்று அவனுக்குப் புலப்படவே இல்லை. முடிந்த மட்டும் முயற்சி செய்துவிட்டு அமைதியாகிவிட்டான்.

ஆனால் ஊர் மக்கள் விடுவதாயில்லை.

அக்காளுக்கும் தம்பிக்குமிடையில் குடும்பச் சொத்து குறித்துத் தகராறு ஏற்பட்டதால்தான் ஆறுமாதங்களாகப் பேச்சு முறிந்ததாகவும், தற்போதும் அதனால்தான் மைனா இறுகிப் போயிருப்பதாகவும் ஊர் முடிவு செய்து கொண்டது. ஊர் மக்களின் தவறான சிந்தனைக்குக் கோபாலும் பதில் சொல்லவில்லை. அவனுக்கு தெரியும். சில நுண்ணிய விளக்கங்களை ஊர் தாங்காது. அது அதன் இயல்புபடி தானே ஒன்றைப் பெரிதாக உருவாக்கி, அதைத் தானே தாங்கியும் கொண்டது. அதற்கும் சேர்த்து அழத் தொடங்கியது.

ஜெகனை வெளியில் கொண்டுவந்து கிடத்தி, நீரால் குளிப்பாட்டத் தொடங்கினார்கள். ஜெகனுக்கு நீரில் விளையாட மிகவும் பிடிக்கும். விவரமறியா வயதிலும் குளிப்பாட்டும் போது அவன் அழுததில்லை. இன்னமும் அவன் அதே குணத்துடனிருப்பதாக நினைத்துக் கொண்டாள் மைனா.

சற்று நேரம் கழிந்தது.

“மாமாவை எங்கம்மா தூக்கிட்டுப் போறாங்க? ஏன் மாமா தூங்கிட்டே இருக்கு?”

சசி அக்காட்சியைப் பார்த்திருக்கிறாள். மைனாவும் பார்த்தாள். ஆனாலும் அவளால் குழந்தைக்குப் பதில் கூற முடியவில்லை. அவளின் ஒட்டுமொத்த பதில்களையும்தான் அனைவரும் சேர்ந்து தூக்கிப் போய்விட்டார்களே!

எல்லாம் முடிந்திருந்தது. அன்றிரவு அங்கேயே தங்கினார்கள். இரவில் சசி பலமுறை கண் விழித்தாள். மாமனைத் தேடினாள். கோபால் அவளை அமைதியாக்கித் தூங்க வைத்தான். முழு இரவும் விட்டத்தை வெறித்தவாறு உட்கார்ந்திருந்த மைனாவை அவனால் ஏது சொல்லியும் தூங்க வைக்க முடியவில்லை.

மறுநாள் விடிகாலையிலிருந்தே முதல் நாள் வராதவர்கள் பலரும் வந்து அழுதுவிட்டுப் போனார்கள். மைனா உள்ளேயும் வெளியேயும் தனித்துப் போயிருந்தாள். அவள் அடிக்கடி கூழாங்கல் பாட்டை முணுமுணுத்துக் கொண்டிருப்பதைக் கோபால் கவனித்தான். அவள் போக்கிலேயே அவளை விட்டுவிட்டான். மதியச் சாப்பாடு கொண்டுவந்த எதிர்வீட்டுப் பாட்டி “இந்த ஊர்ல இருக்கறவரை

மைனா இப்படிதானிருப்பா தம்பி! நீ உன் ஊருக்கே அவளைக் கூட்டிப் போயிட்டு பதினாறாம் நாளைக்கு வா. காட்சி மாறுனாதான் புத்தி மாறும்!" என்றாள். கோபாலும் ஏற்கனவே இவ்விதமே யோசித்திருந்தான்.

சூரியன் மறையும் முன்பாகக் கிளம்பினர்.

கொஞ்ச தூரம் நடந்தவுடன் "மாமா ஏம்பா பஸ் ஏத்திவுட வரல்லே?" என்றாள் சசி. கேள்வியின் வெப்பம் தாங்காமல் குழந்தையை மனைவியிடம் கொடுத்தான். அவனிடம் இரு குழந்தைகளின் எந்தக் கேள்விகளுக்கும் பதிலில்லை. வழியெங்கும் எதையோ துழாவியபடி மைனா நடந்தாள்.

தோப்பொன்றில் தானும் ஜெகனும் பட்டாம் பூச்சி பிடித்து விளையாடுவதையும், வாய்க்கால் ஒன்றில் இருவரும் நீருடன் நீராகிக் குதித்துக் கொண்டிருப்பதையும் பார்த்தாள். விரலை நீட்டிக்கொண்டு ஜெகன் முன்னேறினான். 'டே.. டே.. வேணாண்டா... தொடாதே... சொல்லிட்டேன் அப்புறம், அவ்ளோதான் மிரட்சியுடன் அவள் பின்னால் போக... ஜெகன் விடவில்லை. தன் விரல்களில் ஒட்டியிருந்த பட்டாம்பூச்சியின் சிறகுகளிலிருந்து இடம் பெயர்ந்திருந்த வண்ணத் துகள்களை அவளின் கன்னங்களில் பூசிவிட்டுத் தப்பியோடினான்.

அவள் முகத்தைத் துடைத்தபடி அவனைத் துரத்தினாள். கிணற்றங்கரையில் கையில் சிறுகொம்புடன் உயரமான இடத்தில் அமர்ந்திருந்தாள். 'பாட்டிப்பல்லு... கூழாங்கல்லு... பாட்டிப்பல்லு கூழாங்கல்லு...' அக்கா ஆசிரியையாகிச் சொல்லச் சொல்ல, தம்பி மாணவனாகியிருந்தான்.

உடனுக்குடன் மாயமான காட்சிகளிடையிலும் தொடர்ந்து ஜெகனைப் பார்த்துக் கொண்டே நடந்தாள். ஞாபகமாகக் கன்னங்களைத் தேய்த்து விட்டுக் கொண்டாள். தம்பி, அவளுக்குள் அப்பியிருந்த வண்ணத்துகள்களை அழிக்க முடியாமல் மலைத்தாள். அவை முகம் முழுக்க பரவிபோனதாகவும், அந்திநேர வெயில்பட்டுக் கரங்களும், முகமும் வண்ணங்களாக மினுமினுப்பதைப் போலுணர்ந்தாள்.

அய்யனார் கோவிலில் கோபால் கும்பிட்டுக் கொண்டான். சசி, மைனாவின் தோளை இறுகத் தொற்றியபடி தூங்கி விட்டிருந்தாள்.

முக்கியச் சாலையைத் தொடர்ந்து, கொண்டலாம்பட்டி செல்லும் பேருந்து நிறுத்தம் வந்தது. பெட்டியை கீழே வைத்துவிட்டு நெட்டி முறித்தபடி பேருந்து வரும் திசையையே பார்த்துக்கொண்டிருந்த கோபால் மைனாவிடம் ஒரு வார்த்தையும் பேசவில்லை. அவர்கள் மூவரைத் தவிர அந்த நிறுத்தத்தில் வேறு யாருமில்லை. சூழலை மேலும் இறுக்கமாக்க மெல்லிய இருட்டு கருமையை அசைபோட்டபடி

வந்தது. மெதுமெதுவாக வெளிச்சங்களைத் தின்று ஜீரணித்தபடி பெருத்துக்கொண்டே போனது.

கடினமான இருள் நிலைத்தபோது, தூரத்தில் பேருந்து வருவதற்கான வெளிச்சம் வீசியது. கோபால் பெட்டியை எடுத்துக்கொண்டான்.

மைனா தம் கிராமத்தை திரும்பிப் பார்த்தாள். தூரத்தில் சிறுசிறு வெளிச்சத்திற்குள்ளாக ஊரே பிளவுண்டு கிடந்தது. சுடர்கள் தள்ளாடின. மயங்கின.

பேருந்து நெருங்கிய இரைச்சலில் சசி விழித்துக் கொண்டாள். கண்களைக் கசக்கிவிட்டுக்கொண்டு பேருந்தைப் பார்த்தாள். மைனாவும் குழந்தையும் முதலில் ஏறட்டும் என்பதாகக் கோபால் படிக்கட்டின் அருகில் போய் நின்றான். மைனா படிக்கட்டை நெருங்கிய போது, அவள் தோள்மீதிருந்த சசி, அவசரமாகப் பின்புறம் பார்த்தாள்.

"மாமா டாடா... டாடா... டாடா... டாடா... மாமா!" என்று கூவியபடி வேகமாகக் கையசைக்கத் தொடங்கினாள்.

கண்களை அகல விரித்துத் திடுக்கிட்ட மைனா, சடாரெனப் பின்புறம் திரும்பிப் பார்த்தாள்.

அங்கே யாருமில்லை. இருள். வெறும் இருள்!

கால்கள் மடங்கி, சரிந்து மண்ணில் விழுந்தவள் தன் இதயத்தின் மையத்திலிருந்து கிளம்பிய ஓங்காரத்தை அடக்கமாட்டாமல் கதறிக் கதறி அழத்தொடங்கினாள். காரணம் புரியாமலே சசியும் தேம்பத் தொடங்கினாள்.

கோபால் மீண்டும் அழத் தொடங்கினான்.

(தினமணிக்கதிர் : 1998)

காஷ்மீர் கம்பளி

"இதயம் கருணை இல்லத்திலேர்ந்துதானே வர்றீங்க?" என்று வேனை கைகாட்டி நிறுத்தியவன் கேட்டான்.

"ஆமாம்" என்றேன்.

"நான்தான் ஃபோன் செய்தேன். எங்க தெரு பிளாட்ஃபாரத்திலேதான் ஒரு அநாதைக் கிழவர் மோசமான நிலையிலே கிடக்கார்... வாங்க காட்றேன்."

பக்கத்துச் சந்தில் பத்து வீடு தள்ளி ஏராளமாக விழுது விட்டு பிரம்மாண்டமாக நின்றுகொண்டிருந்த ஆலமரம் அருகே போனபோது, "இங்கேதான், வண்டியை நிறுத்துங்க" என்றான். ஓரங்கட்டி வேனை நிறுத்தினேன். இறங்கிக் கொண்டான்.

வேன் பின்புறக் கதவைத் திறந்து ஸ்டெச்சரை எடுத்துக் கொண்டேன்.

பிளாட்ஃபாரத்தில் ஒரு முதியவர் சாக்கின் மீது கோணலாக படுத்துக் கிடந்தார்.

ஆனால் ஆச்சரியமாக, அவர் மீது விலை மதிப்புள்ள கம்பளி ஒன்று போர்த்தப்பட்டிருந்தது. நெருங்கியபோது கம்பளியையும் மீறி துர்நாற்றம் மூக்கைத் துளைத்தது.

நான் தயங்குவதாக நினைத்து, என்னை வரவழைத்தவன் பணத்தை எடுத்து நீட்டினான். தன் தெருவில் மயங்கிக் கிடக்கும் அநாதைக் கிழவர் மேல் இவனுக்கு இத்தனை இரக்கம் இருக்கும்போது, அநாதைகளைப் பராமரிக்கும் கருணை இல்லத்திலேயே வேலை செய்யும் எனக்கு?

"பணம் வேண்டாங்க..."

"ஓ! ஸாரி சார்... இவர் மேலே போர்த்தியிருக்கிற கம்பளித் துணி வொய்ஃபுக்கு தெரியாமல் எடுத்து வந்தது. நல்ல காஷ்மீர் கம்பளி,

தெரிஞ்சா வீட்டிலே ப்ராப்ளமாயிடும். அதை...” என்று இழுத்தான் அவன்.

“பரவாயில்லை... எடுத்துக்கோங்க. எங்க கருணை இல்லத்தில் இவருக்குத் தேவையான துணியைத் தருவோம்.”

கிழவரை ஸ்டெச்சரில் கிடத்தினேன். அவனும் ஒரு கை பிடித்தான். தூக்கிக்கொண்டு வேன் நோக்கி போகும்போது அந்த முதியவர் மிகச் சிரமப்பட்டு கண்களைத் திறந்தார். என்னையும், அந்தக் கம்பளிக்காரனையும் பார்த்து விட்டு மீண்டும் மயங்கிப் போனார்.

ஒரு அநாதைக் கிழவரின் அஸ்தமன காலத்தை அர்த்தமுள்ளதாக்கிய அந்தக் கம்பளிக்காரனுக்கு மானசீகமாக ‘நன்றி’ சொல்லிவிட்டு வேனைக் கிளப்பினேன்.

கருணை இல்லத்தில் வண்டியிலிருந்து ஸ்டெச்சரை இறக்கும் போது கண் விழித்த முதியவர், புதிய சூழ்நிலையை உணர்ந்து என்னைப் பார்த்து மெதுவாக வாய் திறந்தார்.

“என் மகன் வரலையா?”

“மகன் வேற இருக்கானா உங்களுக்கு? சரி, அட்ரஸ் சொல்லுங்க கூட்டி வரேன்” என்றேன்.

அதற்கு அந்த முதியவர்,

“அதாம்ப்பா... உன் கூட கம்பளியை வச்சிக்கிட்டு நின்னுகிட்டிருந்தானே... அவன்தான் என் மகன்...” என்றார் குழறலான குரலில்!

(கோகுலம் கதிர் : 1997)

(2015ஆம் ஆண்டில், சையது சிராஜ் என்பவரால் குறும்படமாக எடுக்கப்பட்டு புதுவையில் திரையிடப்பட்டது)

தோற்றப்பிழை

அந்தப் பெரிய சாலையின் ஓரமாக நடந்து போய்க் கொண்டிருந்த போது என்று சொல்வதைவிட, முருகுவைப் பார்க்க, அவனைப் பற்றி யோசித்துக் கொண்டே நடந்து போய்க்கொண்டிருந்த போதுதான் அந்த விபத்து நடந்ததென்று சொல்லவேண்டும்.

அந்தச் சாலையை அவசரமாகக் கடக்க முயன்ற நாயொன்று காற்றை பீறிக்கொண்டு வந்த லாரி ஒன்றின் பின் சக்கரத்தில் மிகச்சரியாக மாட்டியது. பின்னர் அந்த நாய் நாய்களாகிப் போயின. லாரி ஒரு கணம் தடுமாறி பின் சுதாரித்துக் கொண்டு, விபத்து பற்றிய பிரக்ஞையற்று வேகமெடுத்தது. ஓரிருவர் திரும்பிப் பார்த்ததுடன் அந்த விபத்துக்கான மரியாதை முடிந்து போய்விட்டது. பின்னால் வந்த சிறிய பெரிய வாகனங்கள் அங்கு கிடந்த நாயின் நாய்களை மதித்துச் சற்று ஒருக்;களித்துச் செல்லத் தொடங்கியதும், எங்கிருந்தோ காக்கைகள் சில நாயின் சடலத்தின் அருகில் தரையிறங்கி, விபத்து குறித்து விசாரணை நடத்தத் தொடங்கின. நான் மேற்கொண்டு நடக்கத் தொடங்கினேன்.

மீண்டும் முருகுவைப் பற்றித் திரும்பத் தொடங்கிய சிந்தனையை அந்தச் சாலை சில்லுகளாக்கியது. அந்தச் சாலை நகரத்தில் மிகப் பெரியதென்று பெயர் பெற்றிருந்தது. முறையாகக் கரையமைக்கப்பட்ட ஆறுபோல நீண்டு கிடந்த அந்தச் சாலையினுள் ஆற்றிலுள்ளது போல சுழல்களும் உண்டு, அவை சேறில்லாதவை. அதில் இப்படி நாய்களும் சில பல சமயங்களில் மனிதர்களும் மூழ்கிப்போவார்கள். முருகுவுடன் இதே சாலையில் அடிக்கடி நான் நடைபயிலும் காரணத்தால் எங்களின் முன்னிலையிலும் விபத்துகள் பல நடந்துள்ளன. பின்னர் அதைப்பற்றிய எங்களின் சிறப்புரையும் நிகழும். விபத்துக்கான முன்பின் விவரங்களை மிகக் கோரமாக முருகு விவரிப்பான்.

முருகு என்கிற முருகானந்தம் உலகிலுள்ள அனைத்து உலகுகளைப் பற்றியும் அறிந்தவன். இல்லை, அறிய முயற்சி செய்பவன். அவனின்

பதில்களுக்காக நான் கேள்விகளைத் தயாரிக்க பல வேளைகளில் திணறியிருக்கிறேன். அவன் பதில்களால் ஆக்கப் பெற்றிருந்தான். மோசமானவன் முருகு. அனைத்துக் கேள்விகளுக்கும் விரல் நுனியில் ஒருவன் பதில் வைத்திருப்பதுதான் எத்தனை கொடூரமான ஒரு செயல். அனைத்தும் ஒருவனுக்குத் தெரிந்திருக்க முடியுமா? இதற்கும் முருகு ஒரு பதில் வைத்திருப்பான். அவன், புத்திசாலிகளால் உச்சரிக்கப்படும் 'தெரியாது' என்ற வார்த்தையை உச்சரிக்கத் தெரியாத முட்டாள்.

இன்று அவனுக்கு விடுமுறை நாள். எனக்கு இன்னும் வேலை எதுவும் கிடைக்காததால், தினமும் வேலை நாள்தான். இன்று முருகுவைப் பார்த்துச் சில பதில்களைத் தெரிந்து கொள்ளும் வேலை.

முருகு குடியிருக்கும் அறைக்குக் கூட்டிச் செல்லும் சிறிய சாலை திரும்புமிடத்தில் ஒரு சிறிய கூட்டம் தெரிந்தது. மற்றொரு விபத்தென்று நெருங்கியதும் புரிந்தது. இது நாயாக இருக்காதென்றும் கூட புரிந்தது. நாயின் அகால மரணத்தை மனிதர்கள் சுற்றி நின்று அந்த மரணத்தினுட்புறம் எட்டி எட்டிப் பார்க்க மாட்டார்கள். மனித மரணமே மனிதனுக்கு சாலச் சிறந்தது.

எட்டிப் பார்த்தேன். அவன் இறந்து போயிருந்தான். முப்பது வயதிருக்கலாம். உடல் மல்லாந்திருக்க தலையை மட்டும் பழைய கோணிப்பை கொண்டு மூடியிருந்தார்கள். அதனுள்ளிருந்து ரத்தம், கூட்டம் கூட்டமாக உயிரைத் தேடி எங்கோ ஊர்ந்து சென்று கொண்டிருந்தது. 'எப்படியோ போ!' என்று உடலும் அதை மதிக்காமல் வெளிவிட்டபடி இருந்தது.

இறந்து கிடந்தவன் ரத்தத்திற்குப் பொருத்தமாகக் கருஞ்சிவப்பு நிறத்தில் சட்டை அணிந்திருந்தான். வெள்ளை பேண்ட் வெள்ளையாகவே இருந்தது.

இதே நிறத்தில் இதே போன்று வெளிர் சிவப்புப் புள்ளிகள் வைத்த கருஞ்சிவப்புச் சட்டையொன்று முருகுவிடம் கூட...

'ஐயோ ஒருவேளை...?!'

உற்றுப் பார்த்தேன். கை... கால்... உடல் முருகுதான். முருகானந்தமேதான். என் உயிர் நண்பன்தான். நான் அசைவற்று நின்றிருந்தேன். நானறியாத நேரம் என் கண்களிலிருந்து நீர் வழியத் தொடங்கியிருக்க, முருகு அலட்டிக் கொள்ளாமல் கிடந்தான். முருகுவால் இப்படியெல்லாம் கூடச் சாக முடியுமா?

முருகுவின் கனவுகளும், அவனின் ஆகச் சிறந்த பதில்களும் சிவப்பு நிறமாக அவனின் மறைக்கப்பட்டிருந்த தலைக்குள்ளிருந்து வெளிவருவது போலத் தோன்றியது. அவை என்னைப் பார்த்துக் கதறின. பெரிதாக அழுகை வரும் போலிருந்தது.

முருகு தன் அப்பா, அம்மாவைப் பற்றியெல்லாம் அதிகம் பேசியதில்லை. ஆனால் இருக்கிறார்கள். இவனை நம்பியே இருக்கிறார்கள். அவன் ஊர் முகவரி கூட எனக்குத் தெரியாது. அலுவலகத்தில் யாரிடமாவது முகவரியைக் கொடுத்திருக்கலாம். நான் என்ன செய்வது? இது முருகு எழுப்பிய கேள்வி. பதில்கள் கிளம்பி, கேட்கும் கேள்விக்கு பதிலென்ன சொல்லமுடியும்.

அவன் அறையை நோக்கி நடந்தேன். என் உடம்பை நானே தள்ளிக்கொண்டு போனேன். அவன் பக்கத்து அறைக்காரர்கள் யாரையாவது கூட்டி வந்தால்தான் அடுத்த நடவடிக்கைப் பற்றி மூளை திரும்பும். அவன் ஏற்படுத்தி விட்ட விபத்தை மீறி இதைப்பற்றி யோசிக்கவே நீண்ட நேரம் பிடித்தது.

இந்தச் சாலையில் என் முருகு எத்தனை முறை நடந்திருப்பான்? அவனின் எத்தனை சிறந்த பதில்கள் அப்போது உருவாகி அவனையே திகைக்க வைத்திருக்கும்? இப்போது அவன் ரத்தம் வழியக் கிடப்பது கூட என்னுடைய ஏதேனுமொரு கேள்விக்கான பதிலாக இருக்கலாம். அவன் அறையைத் திகிலுடன் பார்த்தேன். அது வெறுமனே சாத்தியிருந்தது.

அந்தக் கதவுகள் எப்போதும் இப்படித்தான் சாத்திக் கிடக்கும். நான் மெதுவாகத் தட்டுவேன். 'வாடா சுந்தர்' என்பான். அவனின் நுண்ணுணர்வுகள் துல்லியமானவை. தட்டலின் ஓசையை, அதன் ஒலி அதிர்வுகளை மிகச் சரியாக அளந்து வைத்திருப்பான். இப்படியாக யோசித்துக் கொண்டே இப்போதும் பழக்க தோஷத்தில் கதவைத் தட்டிவிட்டேன். உள்ளிருந்து "வாடா சுந்தர்!" சத்தம் கேட்டது. பிரமையில் நான் பிரமித்து நின்றபோது, மீண்டும் குரல். முருகுவின் குரலேதான். "உள்ள வாடா சுந்தர்" கதவைத் தள்ளிக் கொண்டு உள்ளே நுழைந்தேன். அதிர்ச்சிதான். ஏதோ ஒரு புத்தகத்துடன் முருகு, பாயில் அமர்ந்திருந்தான். கருஞ்சிவப்புச் சட்டை, அதே வெளிர் சிவப்பு புள்ளிகளைக் கொண்ட கருஞ்சிவப்புச் சட்டை மேலே ஆணியில் மாட்டப்பட்டு இப்போதும் அசையாமல் தொங்கியது.

"சட்டையை எப்ப கழற்றின?" என்னுடைய கேள்விக்குப் புருவம் சுருக்கினான். "என்னடா கேள்வி இது? இப்பத்தான் குளிச்சேன், இன்னமும் நான் சட்டையைப் போடவேயில்லையே!" இப்படித்தான், இப்படியேதான் அவன் பதில் சொல்வான். சட்டையை இன்னும் போடவேயில்லை என்பதன் மூலம் இன்னமும் தனக்கு விபத்தேதும் நடக்கவே இல்லையென்று விட்டான்.

ஆனால் எனக்குள்ளாகப் பத்து நிமிடங்கள் முருகு இறந்து தான் போயிருந்தான். அவன் இல்லாததுஞ் அவன் உணர்வுகள் இங்கே உயிரற்ற நிலையில் நான் வாழ்ந்துவிட்டேன். அவனின் இறப்பை

பூங்காற்று தனசேகர் 39

நான் உணர்ந்து முடித்துவிட்டேன். அவன் எனக்குள்ளாக இறந்து போயிருந்த நேரத்தில் அவன் உயிருடனில்லை என்பது பற்றி எனக்கு இப்போதும் சந்தேகமெதுவுமில்லை. இப்போது எதிரில் அமர்ந்திருப்பவன் முருகுதான். ஆனால் தன் இறப்பை உணராத அந்நிய முருகு.

"உன்னுடைய சொந்த ஊர் அட்ரஸ் கொடு!" என்றபடி பாக்கெட்டிலிருந்த குறிப்பேட்டை வெளியிலெடுத்தேன். "எதுக்கு திடீர்னு?" அழகாகப் புருவம் சுருக்கினான். "சும்மாதான், திடீர்னு தேவைப்பட்டால்?" என்றேன்.

சற்று நேரம் யோசித்தவன் மென்மையாகச் சிரித்தான். எனக்குப் பகீர் என்றது. எதையோ கண்டுபிடித்து விட்டான். எனில் அது அணுகுண்டைப்போல ஒரு மோசமான கண்டுபிடிப்பு.

"வழியில் ஆக்ஸிடெண்ட் ஏதாவது பார்த்தியா?"

தம் கண்டுபிடிப்பை கேள்வியாக்கியிருந்தான். அவனுடைய கேள்விகள் கூட பதில்களாலேயே ஆக்கப் பெற்றிருக்கின்றன. "ஆமாம்!" என்றேன் தலை குனிந்தபடி. மறுபடியும் சிரித்து பின் முகவரி கொடுத்தான். குறித்துக்கொண்டேன். பின்னர் மரணம் என்பதல்லாத ஏன்.. உயிர் என்பதும் இல்லாத எது குறித்தோ சிறிது நேரம் பேசிக்கொண்டிருந்து விட்டுக் கிளம்பினேன்.

வெளியே சூரியன் மேற்குப் பக்கம் இறங்கியிருந்தது. ஆனாலும் எத்தனை மோசமான விபத்து அது. முருகுவும் அப்போது பரிதாபமாகவே இறந்து போயிருந்தான். அவன் இல்லாத கணங்களின் கொடூரம் உள்ளே மோசமாக ஆனால் நன்றாகப் பதிவாகியிருந்தது. முருகு இங்கே இல்லாத அந்தப் பத்து நிமிடங்களின் சூன்யப் பிரதேசம் ஒரு தீவு போல நினைவுகளின் மேல் நிலவிக்கிடந்தது.

சாலை முனைக்குத் திரும்பி வரும்போது விபத்து நடந்த அந்த இடத்தில் விபத்து மட்டுமே அப்படியே கிடந்தது. உடலில்லை. உயிரைத் தேடிக் கண்டுபிடிக்க முடியாததால் ரத்தம் வேதனை யினால் உறைந்து போய்க்கிடந்தது. அதைத் தாண்டி மெதுவாக நடந்தேன். கைகளைப் பின்புறம் கட்டிக் கொண்டால் நன்றாக இருக்கும் போலிருக்க, கட்டிக் கொண்டேன். கைகளின் வழியாகப் பின்புற விபத்து தெரிய, மீண்டும் கைகளை முன்புறம் கட்டிக்கொண்டு அந்தப் பெரியச் சாலையில் வேகமாக நடக்கத் தொடங்கினேன்.

விபத்துக்கள் குறித்து கேள்விகள் எழுந்தன. விபத்துக்குள்ளானவரை எட்டியெட்டிப் பார்ப்பவர்களின் முகத்தில் தெரிவது எதனைக் குறித்த ஆர்வம்? அவ்விடத்தில் தன் உறவினர்கள் கிடந்தால் பரிதாபமாகப் பார்த்துக்கொண்டு மட்டும் அவர்களால் நிற்க முடியுமா? முகம்

தெரியாதவனுக்குப் பரிதாபப்படுவதென்பது ஈமக்கிரியை போன்ற செயலா? 'ஐயோ பாவம்! நேத்து வரைக்கும் நல்லாத்தானிருந்தார்' என்று தன் தந்தையின் மரணத்திற்கு எவனாவது பரிதாபப்பட்டிருப்பானா? தெரிந்தவரின் மரணமே மரணம். மற்றதெல்லாம் பரிதாபம்; 'யாதும் ஊரே யாவரும் கேளிர்' இரண்டாயிரம் ஆண்டுகளுக்கு முன்பாகவே மரணமடைந்து விட்ட அந்த வார்த்தைகளுக்காக இப்போது பரிதாபம் மட்டுமே படமுடியும்.

காற்றில் அந்தி நேரக் குளிர் ஏறத் தொடங்கியிருந்தது. வந்த போதிருந்ததைவிட, இப்போது சாலையைச் சற்று நீளப்படுத்தி இருந்தார்கள். நாய் செத்துக் கிடந்த இடம் வந்தது. முருகுவைப் போல அதுவும் சட்டையைக் கழற்றிச் சாலையோர மரத்தில் மாட்டி வைத்துவிட்டு உயிரோடு எழுந்து அமர்ந்திருக்குமோ என்ற அச்சம் எழுந்தது. நல்ல வேளை! நாய் அமர நிலையிலேயே தற்போது மேலும் அதிகம் துண்டுகளாகிக் கிடந்தது. விபத்து பற்றிய நியாயம் புரிந்த நாய்.

அடுத்தடுத்த நாட்களில் முருகுவைச் சந்தித்த போது கூட எனக்குள்ளாக முருகுவுக்கு நேர்ந்த விபத்துக் குறித்து நானெதுவும் சொல்லவில்லை. என்றாலும் அவனுக்கு அது தெரியாமல் இருக்காது. விபத்து நடந்ததே அவனுக்குத்தானே!

மற்றொரு நாளில் எங்கோ போய்விட்டு வீடு திரும்பிக் கொண்டிருந்தேன்.

என் வீடிருக்கும் சாலை முனையில் புதிய விபத்தொன்று நிகழ்ந்திருந்தது. அந்தப் பெரிய சாலை எனக்காகவே விபத்துகளை நடத்திக்காட்டுவது போலிருந்தது. செத்துக் கிடந்தவனின் உடல் முழுக்க விபத்துகள் நுழைந்திருந்ததால் ஒரு பழைய, அசிங்கமான வேட்டியினைக் கொண்டு அந்தக் கொடூரத்தை மூடியிருந்தனர்.

மூடியிருப்பதால் ஏற்பட்ட கவர்ச்சியினாலோ என்னவோ வேடிக்கைக் கூட்டம் சற்று அதிகமாகவே இருந்தது. துவாரங்களைக் கொண்ட அந்த மோசமான வேட்டி எழுப்பும் துர்நாற்றத்தை அந்த உடல் தாங்க முடியாமல் ரத்தத்தினால் வேட்டியை துவைக்க முயற்சி செய்து கொண்டிருந்தது.

வேட்டிக்கு அகப்படாமல் வெளி நீண்டிருந்த அந்தக் கால்களை அப்போதுதான் பார்த்தேன். எலும்பும் தோலுமான அந்தக் கால்களின் ஒழுங்கான விரல்கள், வெட்டப்படாத நகங்கள்... சுண்டு விரலில் புள்ளியளவு தெரிந்த சற்றே ஒடிந்த சிறிய நகத்தை நான் ஏற்கனவே எங்கோ பார்த்தது போலிருந்தது. எங்கே?.... குளிக்கும்போதும் இன்ன பிற சமயங்களிலும் பார்த்திருக்கிறேன். அவை என்னுடைய கால்கள். அவை என்னுடைய நகங்கள், அங்கு கிடப்பது நானேதான்!....

வியர்வை பெருக்கெடுத்தது. என்னுடைய மரணத்திற்கு நானே எப்படி அழ முடியும்! என்ற சிந்தனையினால் அழுகை வந்தது. இன்னும் சிலர் என் உடலைச் சுற்றி வேடிக்கை பார்க்கத் தொடங்கியிருந்தனர்.

அந்தக் கிழிந்த கந்தல் வேட்டியின் துர்நாற்றம் எரிச்சலை ஏற்படுத்தியது. என்றாலும் நாற்றம் தொடர்ந்து, வந்து கொண்டிருந்தது.

நாயும் முருகுவும் இறந்தது பற்றிய காரணங்களை முன்பே அறிந்திருந்தாலும், இப்போது 'நான்' எவ்விதம் இறந்திருப்பேனென்று யோசிக்கத் தொடங்கினேன்.

(தாமரை : 1999)

ஆப்பிள் மரச்சிலுவை

பால்கனியில் சாய்வு நாற்காலி ஒன்றில் அமர்ந்திருந்த சிவராமன் தூரத்தில் தெரிந்த காம்பௌண்ட் கேட்டில் மாட்டப்பட்டிருந்த, சிறிய சிவப்புநிறப் பெட்டியையே உற்றுப் பார்த்துக் கொண்டிருந்தார். பதிலுக்கு அந்தப் பெட்டியும் தன்னையே, பார்த்துக் கொண்டிருப்பதாக அவருக்குத் தோன்றியது.

எண்பத்து மூன்று வயதில், நாடி நரம்புகளிலெல்லாம் நரை விழுந்து விட்ட ஒருவனைக் கூட மனநோய் தாக்குமா? என்றாலும் அந்தக் குறிப்பிட்ட கடிதத்தை எதிர் பார்ப்பதற்கான காரணங்கள் இன்னும் உயிருடன் இருக்கும்போது, அது வந்திருக்குமா என்ற சந்தேகம் எப்படி மன நோயாகும்? எதிர் வினையாகவும் கேள்வி எழுந்தது.

இன்று திங்கள் கிழமை. அவளின் கடிதம் வந்திருக்கலாம். ஐம்பது வருடங்களுக்கு மேலாகிய பிறகும் ஒரு பதில் கடிதத்தை எதிர்பார்ப்பது மூடத்தனமா? ஆனால் இத்தனை வருடங்களாக ஒருவனால் காத்திருக்க முடியும் போது அவளால் மட்டும் ஏன் பதில் எழுத முடியாது?

அந்தப் பெட்டியின் மீதே தன் பார்வை மொத்தமும் பதிந்து போயிருப்பதை உணர்ந்தாலும் வலுக்கட்டாயமாக நீக்க மறுத்துக் கொண்டிருந்தார். சாதாரண பெட்டியா அது? சற்று நேரத்திற்கு முன்புதான் தபால்காரன் பல வடிவங்களிலான கடிதங்களை அதற்குள்ளாகத் திணித்து விட்டுப் போனான். அந்த அடுக்கு மாடிக் குடியிருப்பில் வசிக்கும் முப்பது குடியிருப்புகளுக்குமான மொத்த கடிதங்கள் அவை என்ற போதிலும், நான்காவது மாடி பால்கனி யிலேயே ஒரு கடிதத்திற்காகத் தவம் கிடக்கும் தனக்கான கடிதமும் அதிலிருக்கும் என்று சிவராமன் நம்பினார்.

அம்மாப்பேட்டை சிறிய கிராமம். வெள்ளிக்கிழமை ஒருநாள்தான் தபால் எடுப்பார்கள். சுந்தரி வெள்ளிக்கிழமை போஸ்ட் செய்திருந்தால் இன்று திங்கள்கிழமை. இன்று வந்திருக்கலாம். வந்திருக்கும்.

பூங்காற்று தனசேகர் : 43

அவளின் ஒரு கடிதத்திற்காகத் தான் எத்தனை வருடக் காத்திருப்பு! வீம்பு, வீறாப்புக்குப் பிறந்தவள்.

அம்மாப்பேட்டையில் நட்புபோல சுந்தரியுடன் பழகித் திரிந்த காலங்களும், அது காதலாகப் பரிமளிக்கத் துவங்கிய சில நுட்பமான நிகழ்வுகளும் அவரின் நினைவுக்கு வந்தன. 'இனி உலகமே நீங்கள்தான்' என்று உயிர்வாக்கு கொடுத்தவளுக்கு எத்தனைப் பெரிய துரோகத்தைப் பரிசளித்து விட்டோம்! என்றாலும் ஐம்பது வருடங்களுக்குப் பிறகுமா அவளின் கோபம் தணிந்திருக்காது? இல்லையில்லை. அவள் அத்தனை கல்நெஞ்சக்காரி இல்லை. அந்தப் பதில் கடிதத்தை அவள் எழுதி விடுவாள். எழுதியுமிருக்கலாம். அதோ அந்த காம்பௌண்ட் கேட் பெட்டியில் அவளின் கடிதமும் இருக்கலாம். இருந்துவிட்டால் போதும். அது தனக்கான, தன் முடியவிருக்கும் வாழ்க்கைக்கான மிகப்பெரிய மன்னிப்பாக இருக்கும். அனுப்பியிருப்பாளா? இருப்பாள்.

திடீரென்று தன் வலது கையை விரித்துப் பார்த்தார். வெளுத்து வறண்டு போயிருந்தது. சுந்தரியின் கைகளும் இப்போது இப்படித்தானாகியிருக்கும். திரும்பி வந்து கரம் பிடிப்பதாக இந்தக் கரம்தான் சுந்தரியின் மென்மையான கரத்தைப் பிடித்துச் சத்தியம் செய்தது. பிறகு திரும்பாமலே போனது. அவளின் கரமென்மையை, தன் தேய்ந்த ரேகைகளுக்குள் நீண்ட நேரம் தேடிக் கொண்டிருந்தார்.

அம்மாப்பேட்டைதான் சிவராமன் பிறந்த ஊர். அந்தக் காலக்கட்டத்திலேயே கல்லூரி படித்து முடித்தவர். இணையாக கிராமத்திலேயே பள்ளிப் பருவத்தை முடித்துப் போட்டி அறிவாளியாகி யிருந்த சுந்தரியுடன் சிவராமனுக்கு மிக அழகான நட்பு பூத்தது. கனிந்தபோது நட்பு காதலாகி இருப்பதனை இருவரும் ஒரே சமயத்தில் உணர்ந்தனர்.

சொத்து, பாகப் பிரிவினை தொடர்பாகச் சிவராமனின் குடும்பக் குழப்பத்தில் அவர்கள் ஒட்டுமொத்தமாக நகரத்திற்குக் குடிபெயர வேண்டியிருந்தது. பல வருடங்கள் பழகி, காதலித்திருந்தாலும் சுந்தரியை அவர் தொட்டதே கிடையாது. முதல் முறையாகத் தொட்டார். திரும்பி வந்து அவள் கரம் பிடிப்பதாகச் சத்தியம் செய்த போது, முதலும் கடைசியுமாக.

நகரத்தில் ஏற்பட்ட திடீர் தொழிற்சரிவு, பெற்றோரின் நிர்ப்பந்தம் காரணமாக வேறு வழியில்லாமல் பெரிய தொழிலதிபரின் மகள் சௌந்தரவல்லியின் கழுத்தில் தாலிகட்டி, பங்களாவாசியானார். ஆனாலும் தன் தரப்பின் நியாய தர்மங்களை முழுவதுமாக விளக்கி ஆக, நீ என்னை மனதார மன்னித்துவிடுவாயென்றும், இக்கடிதத்தைக் கண்டவுடன் நீ எழுதும் பதில் கடிதத்தில் அதை உறுதியாகத் தெரிவிப்பாயென்றும் நம்புகிறேன். உன் சிவராமன்., என்று முடியும்

நீண்டதொரு கடிதத்தைச் சுந்தரிக்கு அனுப்பினார். கவரை ஒட்டும் முன்பாக 'உன்னை நன்றாக அழித்து விட்டு, 'இப்படிக்கு' ஆக்கினார். அம்மாப்பேட்டையிலிருந்து பதில் வரும் என்று திங்கள்கிழமை, திங்கள்கிழமையாகக் காத்திருந்தார். மகன் பிறந்தான். காத்திருந்தார். மகனுக்கு மகன் பிறந்தான். காத்திருந்தார். தற்போது கொள்ளுத் தாத்தா ஆகிவிட்டும் காத்திருக்கிறார்.

அடுக்குமாடிக் குடியிருப்பின் நான்காவது தளத்தில் பேரன் முரளி, அவன் மனைவி பிரியாவுடன் தனிமையில் வாழ நேர்ந்தவருக்கு, புதிதாக உலகிற்குள் நுழைந்திருக்கும் கொள்ளுப்பேத்தியினால் மகிழ்வு கிடைக்குமென்று அந்த இளந்தம்பதியினர் நினைத்தனர். சிவராமன் தன் கொள்ளுப் பேத்தியை தொடவும் அஞ்சினார், காரணம் புரிய மறுத்தபடி.

பிறந்தபோதே அக்குழந்தையின் மூக்கில், மூக்குத்தி துவாரம் போன்றதொரு சிறு மச்சமிருந்தது. அதன் பேரில் அவருக்கு வெறுப்பெழுந்தது. அந்த மச்சம் எதனின் தொடர்பும் இல்லையென்று சமாதானம் கொண்டார். எனினும் அக்குழந்தையைத் தொடவும் அஞ்சினார். மிகச் சரியாக அதே இடதுபுற மூக்கில் சுந்தரிக்கும் ஒரு மச்சம் இருந்த நினைவை மறந்துவிட மிகவும் விரும்பினார். மச்சம் மச்சம் போலவே பதிந்து போய் விட்டிருந்தது.

ஐம்பது வயது வரையிலும் சுந்தரியின் நினைவுகள் எழுப்பிய கேள்விகளுக்குக் கொஞ்சம் திடமாகவே பதிலளித்து வந்திருந்தார். அப்போதும் திங்கள்கிழமைகளில் அவளின் பதில் கடித வரத்து குறித்து எதிர்பார்த்தார். வருடங்கள் உருள, காலதேவனின் நுணுக்கமான சித்தாந்தத்தின்படி நினைவுகளின் உக்கிரம் சுருங்கி, சுருங்கி ஆலகாலவிடமாய் அவரின் தொண்டையிலும், திங்கள்கிழமைகளின் மத்தியிலும் மாறாத வடுபோல புதைந்துவிட்டிருந்ததது.

எத்தனையோ திங்கள் கிழமைகள் தன்னைப் பற்பலவாறு பழி தீர்த்திருந்த போதிலும் இன்றும் அவர் வழக்கம் போன்ற உறுதியுடனே அவளின் கடிதம் வந்திருக்குமென்று நம்பினார். நம்புவதா... கண்டிப்பாக இன்று வந்திருக்கும். இன்றைக்கென்று கடிதங்கள் அதிகமாக அந்தப் பெட்டியில் கிடப்பதாக ஒரு புதிய எண்ணம் தோன்றவே கட்டுப்படுத்த முடியாத தவிப்பு அவருள் எழுந்தது.

தன்னையே அந்தச் சிவப்பு நிறப்பெட்டி பார்த்துக் கொண்டிருப்பதாகவும், தானும் அதற்குள்ளாகவே நுழைந்து கொண்டதாகவும் தோன்ற, தலையை உலுக்கிக் கொண்டார்.

"பிரியா!... அம்மா பிரியா!" உட்புறம் திரும்பி குரல் கொடுத்தார். தொண்டையை அடைத்த சளி போன்ற திரவத்தின் தொல்லையினால் குரல் கம்மியிருந்ததை உணர்ந்து, மீண்டும் கூப்பிட்டார்.

சற்று நேரம் கழித்து, கைகளை முந்தானையினால் துடைத்தபடி பால்கனிக்கு வந்த பிரியா, "என்ன தாத்தா?" என்றாள் கனிவாக.

அவளைப் பார்த்த சிவராமன், பதிலேதும் சொல்லாமல் கேட்டில் மாட்டியிருந்த அந்தப் பெட்டியின் பக்கம் பார்வையை திருப்பினார். அதன் பொருளை அவள் உடனே புரிந்து கொண்டதனால் மகிழ்வானார். ஆனால் அவள் தலையில் கை வைத்துக் கொண்டாள்.

"இன்னைக்கு திங்கள்கிழமையா? போச்சு! தாத்தா ப்ளீஸ்... கிச்சனில வேலையாயிருக்கேன்."

"ரொம்ப முக்கியமான லெட்டர்ம்மா... அந்த ஊருல வெள்ளிக்கிழமைதான் எடுத்திருப்பாங்க. இன்னைக்கு கண்டிப்பா வந்திருக்கும். ஒரு தடவை பார்த்துடம்மா!"

"நானும் வாரா வாரம் பார்த்துட்டுதானே இருக்கேன். அது என்ன லெட்டர்னும் சொல்ல மாட்டேங்கறீங்க."

"முக்கியமானதம்மா... இன்னைக்கு வந்திருக்கும் எனக்குத் தெரியும்."

"சரி வந்திருக்கட்டும். அது எங்க போயிட போகுது. சாயங்காலம் அவர் வர்றப்ப எடுத்துட்டு வருவார். லிப்ட் ரிப்பேர் தாத்தா, நான் நாலுமாடி இறங்கி ஏறணும் புரிஞ்சுக்கோங்க ப்ளீஸ்."

ரகசியக் குரலில் அவள் சொல்லி முடித்த விதம் வேறொன்றையும் சொல்லாமல் சொல்ல, சிவராமன் மௌனமானார். பச்சை உடம்புக்காரி. அவளால் முடியாது. தன்னாலும் முடியாது. தன் முதுமையின் பேரிலும் தேய்ந்துவிட்டிருந்த கைத்தடி மேலும் கோபம் ஏற்பட ஆற்றாமையை செருமி விழுங்கினார்.

ஒரு கடிதம் ஒரே ஒரு கடிதம் போதும். அந்தப் பெட்டியில் முடங்கிக் கிடக்கும் அத்தனைக் கடிதங்களில் ஏதேனுமொன்றை அவள் எழுதியிருந்தால் அது போதும், தன் இறுதி மூச்சை உள்ளிழுக்கும் வரை. 'அட பாதகா!' துரோகி! என்று ஏதாவது எழுதலாமே. என்னை அசிங்கப்படுத்த, வெட்கப்படுத்த மௌன ஆயுதத்தை ஏன் எடுத்தாள்? அவளைக் கெடுத்துவிட்டா நகரத்திற்கு ஓடிவந்துவிட்டேன்? காதல் வெறும் காதல், கூட ஒரு சத்தியம். இதற்குத் தண்டனையா இறக்கும் வரைக்கும் சிலுவை? காதல் வெறும் காதல்!

கேட் திறக்கும் சத்தம் கேட்டு அவசரமாகத் தலை தூக்கிப்பார்த்தார். மூன்றாம் தளத்தில் வசிக்கும் விசாலாட்சி அம்மாள். அவளின் கணவன் துபாயில் எண்ணெய் எடுக்கிறான்.

சிவராமனுக்குள் நம்பிக்கை பூத்துக் குலுங்கியது. அந்த அம்மாளுக்கு அடிக்கடி துபாயிலிருந்து கடிதங்கள், பார்சல்கள் என்று ஏதெல்லாமோ வரும். அவள் அந்த பெட்டியைத் திறந்து பார்ப்பாள்.

'திருவாளர். இராம. சிவராமன்' என்ற அழகான சுந்தரியின் கையெழுத்தைப் படிப்பாள். நான்காவது தள பால்கனியிலேயே எப்போதும் அமர்ந்திருக்கும் தன் பக்கம் ஒரு உலகளாவிய நம்பிக்கை தரும் பார்வையைப் பார்ப்பாள். நம்பிக்கையுடன் அவளையே பார்த்துக் கொண்டிருந்தார்.

ஆனால் அந்த அம்மாள் மிகவும் அலட்சியத்துடன் அவரின் அத்தனை நம்பிக்கைகளின் மீதும் தமது செருப்பின் உயர்ந்த குதிகால்களால் மிதித்தபடி பெட்டியைப் பாராமல் உள்ளே போய் விட்டாள்.

"....!"

அவள் மீதெழுந்த சுர்ரென்ற கோபத்தை மறைக்க முடியாமல் வியர்த்துப் போனார். நரைமுடிகள் துடித்தன. துபாயிலிருந்து அவள் கணவன் அனுப்பும் பணமெல்லாம் அவளின் சரிந்து போயிருந்த முன் வயிற்றில் புதைந்து போயிருப்பதாக நினைத்தது உட்பட நீண்ட நேரம் அவரின் கோபம் நீடித்தது.

மணி பதினொன்றரை. ஒரு மணிக்குச் சில அலுவலகப் பிள்ளைகள் மதிய உணவுக்கு வருவார்கள். அது வரை பொறுத்திருக்க வேண்டியதுதான். அதற்குள் தன்னை அந்தப் பெட்டி தின்று விடுமென்று ஒரு புதிய பயம் ஏற்பட சிவராமன் தன் பார்வையை அவசரமாகச் சாலையின் பக்கமாகத் திருப்பிக் கொண்டார்.

மர நிழலில் தள்ளுவண்டி முழுக்க சிவந்த ஆப்பிள் பழங்களை அடுக்கியபடி ஒருவன் நின்றிருந்தான். ஒன்றின் உதவியுடன் ஒன்றிருக்க ஆப்பிள்கள் குட்டி மலையாக உயர்ந்திருந்தன. ஆப்பிள்களுக்குத் தத்தம் கடமை விரைவிலேயே முடிந்து விடுகிறதே! தனக்கு மட்டும் ஏனிந்த ஆயுள் சிலுவை? தான் மட்டும் ஆப்பிளாக இல்லாமல் ஆப்பிள் மரமாக ஏன் ஆக்கப்படவேண்டும்? ஒன்றைத் தொட்டு ஒன்றாக... மகன்.... பேரன் கொள்ளுப்பேத்தி என்று பழங்களாக உதிர்த்துவிட்டு நிற்கும் மரம்.

மரத்தின் கிளைகளே இப்போது சிலுவையாகி, அதில் அம்மரமே அறையப்பட்டிருக்கும் கொடுமை. அதுவும் வெறுமனே கிடக்காமல் அம்மாப்பேட்டையிலிருந்து சதா வேர்களைத் தேடியபடி, சிலுவைக்கு என்று வேர் பிடிக்கும்? என்றாலும் அதுவும் மரம்தானே... தனக்கான வேரைத்தேடிக் கொண்டிருப்பதுவே அதற்கான நியாயம்.

உறக்கம் அல்லது மயக்கம் போன்ற உணர்வினால் நீண்ட நேரம் கண்களை மூடியிருந்தார். கன்னங்களில் அவரின் வெறும் காதல் வழிந்து கொண்டிருந்தது. கேட் மீண்டும் திறக்கப்பட்டது. சத்தத்தில் கண் விழித்தார். அந்தப் பெட்டி தன்னையே பார்த்துக் கொண்டிருப்பதை

உணர்ந்தார். காய்கறிக் கூடையுடன் கேட்டைத் திறந்து உள்ளே வந்தவரை அவருக்கு நன்றாகத் தெரியும். நான்காவது தளத்திலேயே பக்கத்துக் குடியிருப்பு வாசி. பெயர் மகாலிங்கம்! மின்சாரத் துறையில் பெரிய பதவி வகிப்பவர். கொஞ்சம் நரைத்த பொறுப்புள்ள நபர். அரசு அதிகாரி. கண்டிப்பாக அந்தப் பெட்டியைத் திறந்து பார்ப்பார். அவருக்குத்தான் கடிதங்களின் மகத்துவம் தெரியும்.

அந்த அதிகாரியையே பார்த்தபடி சிவராமன் காத்திருந்தார். அதிகாரி மிகவும் நல்ல குணம் படைத்தவரென்றும், இன்று தமக்காகவே அவர் விடுப்பு எடுத்திருக்கிறார் என்றும் தானாக நினைத்துக் கொண்டார்.

'ஆஹா அவர் நல்லவரேதான். பெட்டியைத் திறக்கிறாரே!'

அதிகாரி ஒவ்வொரு கவரையும் பொறுமையாக கவனித்து ஆராயத் தொடங்கினார்.

'அரசாங்க உத்தியோகஸ்தர்களே இப்படித்தான்' சிவராமனுக்கு அந்த அதிகாரியின் பொறுமையின் மீது கொஞ்சம் கோபம் வந்தது.

நீண்ட நேரம் தேடிய அவர், ஒரு நீண்ட வெள்ளைக் கவரை எடுத்துக்கொண்டு மற்றவற்றை அந்தப் பெட்டியிலேயே திணித்துத் தாழிட்டார். 'அவள் கடிதம்தான்! அவளின் கடிதமேதான்!' சிவராமனின் இதயத் துடிப்பு வெகு வேகமாயிருந்தது. அந்த அதிகாரியை ஆசீர்வதித்து, கட்டி அணைக்க ஆவலானார். ஒரு கையில் கூடையையும் மறுகையில் கவருமாகத் திரும்பிய அவரையே உற்றுப் பார்த்துக் கொண்டிருந்தார்.

அவரின் எண்ணத்தை உணர்ந்தது போல் தலையை உயர்த்தி நான்காவது மாடியில் தெரிந்த சிவராமனைப் பார்த்த அந்த அதிகாரி 'உங்களுக்குத்தான்' என்று கவரை நீட்டிக் காட்டினார். ஆதிமுதல் அந்தம்வரை சிலிர்த்து, கைத்தடி இல்லாமலே எழுந்து விட்ட சிவராமன் 'யாரு...? அனுப்பியிருக்கிறது யாரு?' என்பதாக அந்த கவரைச் சுட்டியபடி வேகமாக கையாட்டினார். அதற்குள்ளாக அவரின் கதர் பனியனும், வேட்டியும் வியர்வையினால் நனைந்திருந்தன. கண்களும் கூட.

விடாமல் கையை ஆட்டிக்கொண்டேயிருந்த சிவராமனை ஒரு சில விநாடிகள் திகிலுடன் பார்த்த அதிகாரி, மீண்டும் ஒருமுறை கவரைப் புரட்டி, அனுப்பியவரின் பெயரைப் பார்த்தார். பிறகு தலையை உயர்த்தி நாகரீகமான சத்தத்துடன் கவரிலிருந்த அனுப்பியவரின் பெயரைக் கூவினார்.

சகல புலன்களையும் திறந்து வைத்துக் கேட்டும், அந்த அதிகாரியின் குரல் சிவராமனுக்குத் தெளிவாகக் கேட்கவில்லை.

(இதயம் பேசுகிறது - பெண்மலர் : 2001)

வேடிக்கை

நான்கு தெருக்கள் கூடுமிடம் அது.

தார் ரோட்டில் விடப்பட்டிருந்த நல்ல பாம்பும் கீரியும் சூரிய வெப்பம் தாங்காமல் அல்லாடிக் கொண்டிருந்தன. சுற்றிலும் அவற்றின் ஆவேசமான சண்டையைப் பார்க்கும் ஆவலில் மனிதர்கள்.

"ச்சாமி, ப்பாருங்கோ சாமி, வ்வாயிலே ஒரு பல்லிருக்கு, கடிச்சா விஷமில்லே, கொத்தினா, அது சாமியானாலும் சாமி, சாவ வேண்டியதுதான் சாமி. கீரியும் பாம்பும் அடிச்சிக்கிறாங்கோஞ் கடிச்சிக்கறாங்கோ, ப்பாருங்கோ," என்று பாம்பாட்டி 'இரண்டையும்' நெருங்கவிட, சுற்றிலும் நின்றிருந்த கூட்டம் விழி விரித்து விழிகளானது.

சமயத்தின் பயனாக எவன் பாக்கெட்டிலோ எவனோ கைவிட அதை எவனோ கூச்சலிட்டு பகிரங்கமாக்க...

"என்ன... ... க்குடா அவன் பாக்கெட்டிலே கைவிட்டேஞ்"

"நீ எவன்டா கேட்கறதுக்கு?"

சண்டை வலுத்தது.

பாக்கெட்டை பொத்திக் கொண்டு நிறைய 'தைரியசாலிகள்' இடத்தைக் காலி செய்தனர்.

இவன் பக்கம் நால்வரும், அவன் பக்கம் நால்வரும் கூட்டு சேர... திருடப் பார்த்தவனின் பக்கமிருந்தான் பாம்பாட்டி.

பர்சை இழக்கவிருந்தவன் பலவானாக இருந்ததால், வார்த்தைகளுடன் அவ்வப்போது அடிகளும் பரிமாறப்பட்டும், பெற்றும் கொள்ளப்பட்டது.

இப்படியாக நான்கு தெருக்கள் கூடுமிடத்தில் மனிதர்களின் சண்டையை விரிந்த விழிகளால் பார்த்துக்கொண்டிருந்தன கீரியும், பாம்பும்.

(தமிழ் அரசி : 1997)

டார்வினும் ஒருவரி நாவலும்

கைகளைத் தட்டிக்கொண்டு கால்வலிக்காக ஒரு நாற்காலியில் அமர்ந்தேன். நூலகத்தின் படிப்பறையில் இருந்த சுமார் இருபது பேரின் மதிய நேர தூக்கப் பின்னல்களைப் பிரிக்க விரும்பாதது போல் சூரியக் கதிர்கள் நூலகத்தின் வெளிப்புறத்துடன் நின்று நிலவி விட்டிருந்தது.

'எழுத்தாளர்களுக்கு மட்டும்' என்பதான தனி நூலகம் எங்கேனும் உண்டா? தத்துவம், வரலாறு, அறிவியல், பௌதீகம் என்று, அந்தச் சற்றே பெரிய நூலகத்தில் எனக்கான அலமாரிகளில் உள்ள அத்தனை புத்தகங்களின் மேல் அப்பிக்கிடந்த நூற்றாண்டு தொடங்கி வாராந்திர அழுக்குகளில் என் விரல் ரேகைகளைப் பதித்து விட்ட பிறகும் படிக்கவொரு புத்தகம் கிடைக்காத நிலையில்தான் மேற்கண்ட கேள்வி கிளம்பியது.

முன்புற மேஜையில் ஒரு புத்தகம் பாதியில் படித்து முடித்துக் கவிழ்த்து வைக்கப்பட்டிருந்தது. எடுத்துப் பார்த்தேன். 'டார்வினின் சித்தாந்தம்' நல்ல புத்தகம்தான். குரங்கிலிருந்து தோன்றியவன் மனிதன். சரி, இப்போது அந்தக் குரங்கின் மிச்சம் மனிதனிடம் எங்கிருக்கிறது? படிப்பதற்கு முன்பே புத்தகம் கேள்வி எழுப்பியது. மூளைப் பகுதியிலிருப்பதாக எனக்குள்ளாக உள்ள ஒரு குரங்கே சொல்லியது.

எயிட்ஸ் நோய்க்கும் டார்வினுக்கும் தொடர்பிருப்பாதக எவனோ ஓர் இரண்டாம் டார்வின் கண்டுபிடித்து, முதல் பக்கத்தில் கிறுக்கியிருந்ததை மதிக்காமல் புத்தகத்தினுள் நுழைந்தேன். 'உலகத்தின் துவக்கம்' என்ற தலைப்பைக் கொண்ட நான்காம் பக்கமும், ஐந்தாம் பக்கமும் இணைந்து கொலை செய்திருந்த ஒரு குட்டி கரையான், இந்தப் புத்தகம், இன்று புதியதோர் அனுபவத்தை உண்டாக்கப் போகிறதென்று சத்தியம் செய்தபடி செத்துப் போயிருந்தது. 'அச்' அலமாரிகளின் பக்கமொருவன் பலமாகத் தும்மினான். நீளமான அந்தப் படிப்பறையில் தீவிரமாகப்

படித்து கொண்டிருந்தவர்கள் பலரும் கண் விழித்துக் கொண்டனர். நான்கு நாற்காலிகள் தள்ளி ஓர் இளம் பெண் ஏதோவொரு புத்தகத்தைப் படித்துக்கொண்டிருக்க, அவளுக்கு எதிர் புறத்திலொரு வாலிபன் அவள் மட்டத்திற்கு ஒரு புத்தகத்தைப் பிடித்துக்கொண்டு அவளின் அனைத்தையும் படித்துக்கொண்டிருந்தான்.

இதெல்லாம் உனக்கெதற்கு? காந்திஜியின் குரங்கு பொம்மைகள் பற்றி நினைவுக்கு வந்தது. 'நாற்பத்து மூன்று வயதில் தூரப்பார்வைக்கு கண்ணாடி அணிந்துகொண்டு சமுதாயத்தில் மதிப்பு மிகுந்த ஓர் எழுத்தாளன் பார்க்கும் பார்வை இப்படியா இருக்கும்?' உள்ளே குரங்கொன்று புகார் எழுப்ப, மற்றொன்று எழுந்து, 'ஆம்! இதுதான் எழுத்துப் பார்வை என்று பழிப்பு காட்டியது. உள்ளே நுழைந்த தூரத்தை வேகமாகக் கடந்து டார்வினிடம் ஓடி வந்தேன்.

உயிர்களின் பரிணாமம் குறித்தும் புத்தகத்தின் கன பரிணாமம் பற்றியும் படிக்கப் படிக்க விளங்கியது. இருபத்து ஒன்பதாம் பக்கத்தின் மூன்றாம் வரியின் போது எனக்குப் பின்புறமாக அலமாரியை நோக்கி நடந்த நல்ல உடற்கட்டினையுடைய முப்பது வயது மதிக்கத்தக்க அந்தப் பெண்ணை நான் கவனிக்கவில்லை. முப்பத்து மூன்றாம் பக்கத்தின் கடைசிவரியின் போது அவள் கையிலொரு புத்தகத்துடன் திரும்பச் சென்றதையும் நான் கவனிக்கவில்லை. நான் தான் படித்துக் கொண்டிருக்கிறேனே!

புத்தகத்தினுள் ஆழ்ந்து அமிழ்ந்த பின்னர், ஏதோவொரு மந்திர நொடியில் 146 ஆம் பக்கத்தின் 13 வது வரியை படித்தேன். உள்ளே இரசாயன மாற்றம். என் மூளை, அந்த வரியை அள்ளி எடுத்துக்கொண்டு கூத்தாட தொடங்கி விட்டது. உள்ளே குரங்குகள் நூற்றாண்டு நூற்றாண்டுகளின் கிளை பிடித்து எதிரும் புதிருமாகத் தாவின. அந்த ஒரு வரி மிகப் பெரிய நாவலுக்கான கருவை எனக்குக் கொடுத்து விட்டு, ஒன்றும் தெரியாதது போல அந்தப் புத்தகத்தினுள் அடக்கமாயிருந்தது. சிந்தனைகளைப் பின்னுக்குத் தள்ளியபடி ஒரு புதிய பய உணர்வு கீறிக் கிளம்பியது.

நூலகம் முழுவதும் பார்வையைப் பரப்பினேன். பயம் மெல்ல மெல்ல உள்ளே நுழைந்தது. எனக்குள் குரங்குப் பண்ணை பதுங்கத் தொடங்கிற்று.

ஐயோ! இந்த வரி, ஒரு நாவலையே எனக்குக் கொடுத்து விட்டிருக்கும் உண்மை இங்கு படித்துக் கொண்டிருக்கும் சக படிப்பாளிகளுக்குத் தெரிந்து விட்டால்? இத்தனை நேரம் 'பெரிய எழுத்தாளனாம்... செய்திருக்கும் காரியத்தைப் பார்த்தியா!' 'இல்லை. நானாக எடுக்கவில்லை.... தானாக...' 'பெரிய திருஞானசம்பந்தரு, தானாகவே எல்லாம் ஒட்டிகிச்சாம்... போடாப்போ' எதிரில்,

பக்கத்தில் அத்தனை பேரின் உதடுகளிலும் எனக்கான நமுட்டுச் சிரிப்பு ஒட்டிக் கொண்டிருப்பதாகத் தோன்றியது. அனைவருக்கும் தெரிந்து விட்டிருக்கிறது.

எவனெவனோ படித்திருப்பானே...! எனக்கு மட்டும் அந்த வரியினை படிக்கையில் ஏன் ஒரு நாவல் தோன்ற வேண்டும்? அதுவும் இத்தனை பேரின் நடுவில் வைத்து இது ஏன் நிகழ வேண்டும்? சிறுவயதில் பள்ளிக்கூடத்தில், டீச்சர் பாடம் நடத்திக் கொண்டிருந்த போது வயதுக்கு வந்த அருக்காணி அக்காவின் முகம் நினைவுக்கு வந்தது.

நூலகம் மயானத்தை விட அதிக அமைதியாயிருந்தது. இந்த இடம் மட்டும் ஏன் மருத்துவமனையின் அவசர சிகிச்சை பிரிவு போல இத்தனை இறுக்கத்துடன் கிடக்கிறது? சவ ஊர்வலத்தின் முன்பு ஆட்டமிடும் மன நிலையை அடக்கிக் கொண்டு இருமினால், செருமினால் கூடத் திரும்பி பார்க்கும் அமைதிப் பாங்காளர்களின் நடிப்பு, தற்போது ஏராளமான எரிச்சலைக் கொடுத்தது. 'யாராவது பேசித் தொலையுங்களேய்யா!' அவஸ்தை! பேரவஸ்தை! அலமாரியில் திருப்பி வைக்க முடியாத ஒரு நாவலை மூளையினுள் பதுக்கிக் கொண்டு, ஒரு அமைதியான நூலகத்தில், அனைவரும் பார்த்துக் கொண்டிருக்க எவ்வளவு நேரம் அமர முடியும், மனசாட்சியுள்ள ஒருவனால்? சித்திரவதை!

நீண்ட நேர சிந்தனைக்குப் பிறகு 'அந்த' முடிவுக்கு வந்தேன். உள்ளே செருகிக்கொண்ட நாவலை ஒன்றும் செய்ய முடியாது. அதனால் 'டார்வினின் சித்தாந்தம்' புத்தகத்தை யார்கண்ணிலும் படாதவாறு மறைத்து வைக்க முடிவு செய்தேன். யாரும் கவனிக்கவில்லை என்று நானாக நினைத்துக்கொண்ட ஒரு நொடியில் சடாரென்று எழுந்து அதிகம் பயன்படுத்தாத 'அறிவியல்' அலமாரியில் அதிக கரையான்கள் எட்டிப்பார்த்த ஒரு இடுக்கில் டார்வினை மறைத்து வைத்துவிட்டு இருக்கைக்குத் திரும்பினேன். எதிரில் ஒருவன் என்னையே பார்த்துக் கொண்டிருந்தான். பகீரென்றது.

முதலில் அவனைப் பார்த்தபோது ஏதோவோர் ஆன்மிக புத்தகத்தின் மீது தலை கவிழ்ந்து ஆழ்நிலை தியானத்தில் இருந்தான். தியானத்தின் மூலம் என் தவறைக் கண்டு பிடித்து விட்டான் போலிருக்கிறது. நிமிர்ந்து உட்கார்ந்து பாதி விழிகளைத் திறந்தபடி ஆலகாலப் பார்வை பார்க்கிறான், படுபாவி! சிறிது நேர உண்மையான தலை குனிவுக்குப் பிறகு நிமிர்ந்தபோதும் அவன் பார்வை என் மீதே நிலை குத்தியிருந்தது.

பிறகுதான் சிவபெருமானின் சம்மணமிட்ட தவ நிலையை அறிந்துகொண்டேன். அவன் சுவாசம் உச்சரித்த பிரணவ மந்திரம்

ஒரே சீராக வெளிவந்து இன்னமும் அவன் தவ நிலையை உணர்த்த, சற்று ஆயாசத்துடன் நிமிர்ந்து அமர முயற்சி செய்தபோது அடுத்த அதிர்ச்சி! இது சாதாரண அதிர்ச்சியில்லை.

கிங்கிரர்கள் போல வந்த போல வந்த இரண்டு நூலக ஊழியர்கள் 'டார்வினின் சித்தாந்தத்தை நான் மறைத்து வைத்த அறிவியல் அலமாரியின் பக்கம் வந்துநின்றனர்.

“எதுன்னு சரியா சொல்லுப்பா?” ஒருவன் கேட்க, மற்றவன் ‘அறிவியல்’ அலமாரியைப் பிடித்துக்கொண்டு சொன்னான், “இதுதாம்பா. தெரியாமலா உன்ன வேற கூட்டிட்டு வருவேன், இதேதான். படிக்கறவன்களுக்கு டிஸ்டர்ப் இல்லாத மாதிரி கொஞ்சம் தூக்கினாப்பல தள்ளு.”

போயிற்று. அலமாரியுடன் என் மானமும் போயிற்று. ஒருவரி எனக்குக் கொடுத்துவிட்ட நாவல் பற்றியும், நான் அலமாரியில் மறைத்த புத்தக விவரமும் நூலக நிர்வாகிக்கு தெரிந்துவிட்டது. ஆள் வைத்து அலமாரியை விசாரணைக்காக வேண்டி எங்கோ எடுத்துப் போகிறார்கள். கண்டுபிடித்தே விட்டார்கள் கண்ணும் களவுமாக. அந்த ஒரு வரி கொடுத்த நாவலைக் காற்றிலே உதிர்த்து விடப் பார்த்து முடியாமல் தடுமாறியது மூளை.

இருண்ட மழை மேகங்களைத் தன் கூரிய காற்று நகங்களைக் கொண்டு கலைத்து விட்டு, கோரமாக எட்டிப் பார்க்கும் துர்தேவதைகள், இன்று என்னை மட்டும் சபித்துவிட்டன.

எழுந்தேன். ஓடிப் போய்விட வேண்டுமென்ற எண்ணத்தை மிகுந்த பிரயாசையுடன் கட்டுப்படுத்திக் கொண்டு வாசல் நோக்கிச் சற்றே விரைவாக நடந்தேன். படிப்பறை வாசலிலிருந்து எதேச்சையாக திரும்பிப் பார்த்து ஆச்சரியத்தினால் அப்படியே நின்றுவிட்டேன். நூலகத்திலிருந்த அனைத்து புத்தகங்களும் அலமாரிகளில் மறைத்து வைக்கப்பட்ட புத்தகங்கள் போலவே தோன்றின.

மறைத்து வைக்கப்பட்டிருக்கும் இத்தனை புத்தகங்களும் உருவாவதற்காக மறைத்து வைக்கப்பட்ட புத்தகங்களை கொண்டிருக்கும் நூலகம் எங்கிருக்கும்? கேள்வி எழும்பியது. கூடவே என்னுள் பதுங்கிக்கொண்டிருக்கும் ஒரு வரி நாவல் குறித்துச் சமாதானமானேன். இதொன்றும் குற்றமில்லை. உள்ளே குரங்குகள் ‘அப்பாடா’ என்று நெஞ்சில் கை வைத்துக் கொண்டு மல்லாக்க விழுந்தன.

என்றாலும் நூலகத்திலிருந்து வெளியேறும் நினைவை வெளியேற்ற முடியவில்லை. விசாரணைக்காகச் சென்றிருக்கும் ‘அறிவியல்’ அலமாரி பற்றிய குழப்பத்துடன் படிப்பறைக்கும் வாயிலுக்கும் இடையிலிருந்த நூலகரின் அறையைத் தயக்கத்துடன் மெதுவாகக் கடந்து வாசற்படியில்

கால் வைத்த போது பின்புறமிருந்து "சார்... சார்..." என்ற குரல், வயிற்றில் புளிய மரத்தைக் கரைத்தது.

"எ... என்ன?" என்றபடி திரும்பிப் பார்த்தேன். குரல் கொடுத்தவன் நூலகத்தினுள்ளே செல்பவரின் உடைமைகளை பாதுகாத்து, வெளியேறும்போது திருப்பித் தருபவன். 'யாருக்கும் தெரியாம, மூளையில் ஒரு நாவலை எடுத்துட்டு போறான், பிடிப்பா!' என்று நூலகர் சொல்லிவிட்டார் என்றே நான் முழுமையாய் நம்பினேன்.

"நானெதையும் எடுத்துட்டு போகலப்பா!" தீனமான குரலில் சொன்னேன். விரல்கள் நடுங்கியதும், வியர்க்கத் தொடங்கியதும் இயல்பாய் நடந்தன. ஒரு மாதிரி என்னைப் பார்த்தபடி அவன் சொன்னான்.

"அது சரி சார், உள்ள போறப்ப கொடுத்ததை வாங்காம போறீங்களே."

"நான்... நான் எதையும் கொடுத்துட்டு உள்ளே போகலையே!"

"இன்னா சார். நீங்க மறந்தாலும் நான் மறப்பனா? இத்தினி வருஷ சர்வீஸ்ல எந்த ஒண்ணையும் மாத்திக் கொடுத்திருப்பனா? இந்தாங்க, நீங்க உள்ள போறப்ப கொடுத்துட்டு போன புக்கு, இப்ப ஞாபகம் வருதா?"

மிகத் தெளிவாக பேசிய படி அவன் என் கையில் திணித்த புத்தகத்தின் நெற்றியில் 'டார்வினின் சித்தாந்தம்!' என்று அச்சிட்டிருந்தது.

(விளக்கு : 2000)

மஞ்சள்

இதுவரை எந்தவொரு சந்தோஷமோ, துக்கமோ, வேதனையோ என்னைப் பாதித்ததில்லை. எதற்கும் நான் கலங்கியதில்லை.

என்னுடைய பப்ளிக் டெலிபோன் பூத்திலிருந்து இரண்டு வீடுகள் தள்ளியிருந்த கலாவின் மரணம் என்னை பயங்கரமாய் பாதித்தது.

கலா வயிறு உப்பி, உடம்பெங்கும் மஞ்சள் பூத்துக் கிடக்கிறாளாம். நான்கு வயது பெண் குழந்தையை மஞ்சள் காமாலை அவசரமாகக் கொன்று போட்டிருக்கிறது.

நான்கு வயது என்ன வயது? ஐயோ இது பிறக்கற வயசாச்சே!

இங்கே பூத் வைத்த இரண்டு வருடங்களாகப் பேசிப் பழகிய எனக்கே நெஞ்சம் பதறுதே! தவழ்ந்து, நின்று, நடைபழகி, மழலைப் பேச்சுக்களைக் கேட்டும், பார்த்தும் பூரித்த அவளின் அம்மா மைனாவதிக்கு எப்படியிருக்கும்?

இனி காலம் முழுக்க எனக்கு நீ, உனக்கு நான் என்று இறுக்கிக் கொண்டிருந்த தாயிடமிருந்து இரக்கமில்லாமல் அந்த இளங்குருத்தைப் பிடுங்கிப் போக மரணத்திற்கு எப்படி மனம் வந்தது?

அடிக்கடி கலாவைப் பார்த்துக்கொள்ளும் பொறுப்பு என்னைச் சேரும். சரி, பேச்சுத் துணையாக இருக்கட்டுமே என்று நினைத்துக்கூட விட்டிருக்கலாம்.

கலா இரண்டு வயதிலேயே படு புத்திசாலியாயிருந்தாள். அவள் கேட்கும் கேள்விகளில் பல சமயங்களில் நான் திக்கு முக்காடி போயிருக்கிறேன்.

'ஆறுமுகம்... ஆறுமுகம்...' என்று அவள் பிஞ்சுக் குரலில் என் பெயர் சொல்லப்படும்போது என் பெயர்கூட அழகான, நவநாகரிகமான பெயராக மாறிவிட்டதோ என்று தோன்றும்.

தந்தை பாசத்தை அறியாத குழந்தை. கலா பிறந்த சமயத்தில்தான் அவள் அப்பாவுக்கும் அம்மாவுக்கும் விவாகரத்து நடந்ததாம்.

"டைவேர்ஸ்னா என்னா ஆறுமுகம்...?"

"டைவேர்ஸாயிட்டா அப்பா, அம்மாவைப் பார்க்கக் கூடாதாமே, நெஜமா? இந்தக் கலா குட்டியைக்கூட பார்க்கக்கூடாதா? எங்கப்பா எப்படியிருப்பார் ஆறுமுகம்? குண்டாவா? இல்ல உன்ன மாதிரி ஒல்லியாவா? ப்ளீஸ் சொல்லேன்..."

இப்படித்தான் கலா, பதில் சொல்ல முடியாத கேள்விகளைக் கேட்பாள். என்னால் எப்படி பதில் சொல்ல முடியும்?

அவள் அப்பனின் கொடுமைக்கார குணத்தையும், குடி, ரேஸ் என்று முறைகெட்ட வாழ்க்கையை நடத்தியவனென்றும், மைனாவதிக்கு பிரசவவலி ஏற்பட்டபோது கூட, போதையின் உச்சத்தில் வீட்டிற்கு வெளியே கால்கள் பரப்பிக் கிடந்தவனென்றும் கலாவிடம் எப்படி சொல்ல முடியும்?

கலாவின் அப்பாவுக்குத் தகவல் சொன்னார்களா என்று தெரியவில்லை. அப்பாவைப் பற்றிய கற்பிதம் மட்டுமே கொண்டு அவள் சாவு நடந்திருக்கிறது. என்ன இருந்தாலும் பெற்ற மகள். தகப்பனுக்குப் பாதிப்பிருக்காதா? தசை ஆடாதா?

எனக்கே துக்கம் விசாரிக்க வேண்டுமென்று தோன்றியது. ஆனால், போகவில்லை. பேசாமல் வந்து பூத்தைத் திறந்து அமர்ந்துவிட்டேன். என்னால் மற்றவர்களைப் போல் அவ்வளவு எளிதாக உணர்ச்சிகளை அடக்க முடியாது. போகாவிட்டாலும்; கலாவின் நினைவுகளே மனசு முழுக்க அப்பிக் கொண்டிருக்கிறது. இதைவிடத் துக்கம் வேறென்ன இருக்கும்?

நானே நினைத்தாலும் மறக்க விடாமல் ஃபோன் வைத்திருக்கும் அத்தனை சொந்தங்களுக்கும் என் பூத்திலிருந்து யார் யாரோ யாருக்கோ தகவல் சொல்லிக் கொண்டேயிருந்தார்கள். நான் மறுக்க மறுக்க மீண்டும் மீண்டும் அவளின் சாவுச் செய்தி என்னுள் புதைக்கப்பட்டுக் கொண்டிருந்தது.

பொடி வாசனையுடன் பெரிதாக மூக்கைச் சிந்திவிட்டு வந்து ஃபோன் பேசுபவர் முத்தையா. மைனாவதியின் பெரியப்பா. அவர் வருவதற்கு முன்பே, மூக்குப்பொடியின் காரல் நெடி முன்னே, முன்னே வந்துவிடும்.

கலாவின் அப்பாவுக்குத் தகவல் சொல்லப் போகிறார் கிராதகன் என்ன பதில் சொல்வான்?

"... நான் மைனாவதியோட பெரியப்பா பேசறேன் தம்பி, கலா நம்மளையெல்லாம் விட்டுட்டு போயிட்டாப்பா...!"

குரலை அடைத்த சளியைத் துப்பினார். துக்கத்தினால் குரல் கம்மியே இருந்தது.

"நேத்து ராத்திரி... மஞ்சக் காமாலை. பேமிலி டாக்டர் என்ன வியாதின்னே புரியாம காய்ச்சல்ன்னு நெனச்சி ஏதேதோ மாத்திரை கொடுத்திருக்கான். ஒரு வாரம் கழிச்சி ஜாண்டீஸ்னு அந்த படுபாவி சொன்னப்ப நெலமை கை மீறிடுச்சு. தம்பி பழசையெல்லாம் மறந்துட்டு... சொன்னா புரிஞ்சுக்கோப்பா மைனாவதி, கலாவோட உடம்பை மடியை விட்டு இறக்க விட மாட்டேங்கறா, யாராவது பக்கத்துலே போனா பைத்தியம் புடிச்ச மாதிரி கத்தறா... தம்பி, அடச்சே!"

'கட்' செய்து விட்டான் போலிருக்கிறது. முத்தையா சலிப்புடன் ரிசீவரை வைத்தார்.

"குழந்தையோட அப்பா வந்துடுவாராங்க?"

ஆவலை அடக்க மாட்டாமல் கேட்டேன்.

"நீ வேற ஆறுமுகம்... அவனெல்லாம் ஒரு மனுசன்னு தகவல் சொல்ல வந்தேன் பார்... என்னை அடிக்கணும். பெத்த குழந்தையோட சாவுச்செய்தி சொல்லிட்டிருக்கேன் போனை நடுவில வெச்சுப்புட்டானே! இவனையெல்லாம் வெட்டினா என்ன!"

"நீங்க கண்டீசனா வரச் சொல்லலாமில்லே?"

"அட, அவன் காலங்காத்தாலே குடிச்சுட்டு உட்கார்ந்திருக்கான் ஆறுமுகம். பயங்கரமா உளறான் மைனாவோட அம்மா சொன்னாளேன்னு போன் செஞ்சதுக்கு நல்ல மரியாதை...!"

போய் விட்டார். நேரம் ஆக ஆக இரைச்சல் அதிகமாகிக் கொண்டே போனது.

தெருவில் நல்லது கெட்டது எது நடந்தாலும் நான் பூத்தை மூடுவதில்லை. ஏனெனில் இதை விட்டால் ஃபோனுக்கு நான்கு தெரு தள்ளிப் போக வேண்டும். ஆனால், இன்று பூத்தை மூடிவிட்டு வீட்டிற்குப் போய் விடலாம் போலிருந்தது. கார், ஆட்டோ என்று எது வந்து நின்றாலும் எனக்குள் பகீரென்றது. தொடர்ச்சியாக எழும், "ஐயோ! மவராசி! போயிட்டீயே...!" போன்ற சத்தங்கள், அலறல்கள் இதயத்தில் கையை நுழைத்தன.

"எங்கப்பா எப்ப வருவார் ஆறுமுகம்? நீ பார்த்தா, கலா குட்டி அழுவுறான்னு சொல்லி கூட்டிட்டு வர்றியா... டைவர்ஸ் ஒண்ணும் செய்யாதுன்னு சொல்லு... நீ மக்கு. எனக்கு ஒண்ணுந் தெரியாது."

பதில் பேச முடியாத கலாவின் மழலைக் கேள்விகள் பூதாகரமாய் என் இதயத்தை மூடிக்கொண்டன. இப்போது பதில் சொன்னாலும்; கேட்க முடியாத கேள்வியாக அவளே ஆகிவிட்டாள்.

என்ன மனித ஜாதி? எதற்கு இவர்களுக்கெல்லாம் ஆறறிவு? மானிடராய்ப் பிறத்தல் அரிதாம். இதைக் காக்கை, குருவிகள் அல்லவா சொல்லவேண்டும்? அன்பான மனைவி, குழந்தை எல்லாவற்றையும் விட குடிபோதையில் சுகம் கண்டு, பெற்ற மகளின் மரணச் செய்திகூட பாதிக்காத அஃறிணை நிலையில் இருக்கும் இவனுக்கெல்லாம் மனிதன் என்ற பெயரெதற்கு?

கலாவிற்குக் கடைசிவரை முகமே காட்டாமல் போன அவள் அப்பாவின்மேல் எனக்குக் காரணம் புரியாத கோபம் வந்தது... ம்... எனக்குக் கோபம் வந்து என்ன ஆகப் போகிறது!

"ஆறுமுகம் ஒரு போன் பண்ணிக்கறேம்பா..." என்று வந்தவள் கலாவின் பாட்டி. தன் மாஜி மருமகனுக்குத்தான் ஃபோன் செய்யப் போகிறாள் போலிருக்கிறது.

"மாப்பிள்ளையா... நான் அத்தை பேசறேன்..." நான் நினைத்தது சரிதான். அத்தைக்கு மட்டும் அந்தக் குடிகாரன் மதிப்பு கொடுத்துவிடப் போகிறானா, என்ன?

"சரி, உரிமை போனதாகவே இருக்கட்டும். உங்க பொண்ணோட பாட்டி பேசறேன். போதுமா? நீங்க எங்களை வெறுக்கலாம், ஒதுக்கலாம், கலாவை மறுக்க முடியாது. அவ உங்க ரத்தம். நீங்க கண்டிப்பா வரணும்."

குரல் தழுதழுக்க கேவலுடன் தொடர்ந்தாள்...

"தங்க விக்கிரகம் மாதிரி சிரிக்கச் சிரிக்க வளைய வந்த பிஞ்சு, என் பேத்தி, செத்துக்கிடக்கா, பக்கத்துல எம் மக பொணம் மாதிரி உட்கார்ந்திருக்கா, ராத்திரியிலே இருந்து உட்கார்ந்த இடம் மாறாம குழந்தையைத் தாங்கி கிடக்காளே... அவளுக்கு யாரால சமாதானம் சொல்ல முடியும்? 'அப்பா எப்ப வருவாரு... அப்பா எப்ப வருவாருன்னு கேட்டு கேட்டு மாய்ஞ்சாளே, அந்த அழகு முகத்துக்கு நாலு வயசிலேயே மஞ்ச பூசி வெச்சிருக்கோம் மாப்பிள்ளை..."

பெரிதாக வெடித்து அழுதாள். எனக்குக் கண்களுடன் இதயமும் கலங்கியது.

"இப்பக்கூட வர மாட்டீங்களா? கடைசியாகூட அவ முகத்தைப் பார்த்துடக் கூடாதா? கண்டிப்பா நீங்க வரணும். நீங்க வந்தாதான் எடுப்போம். இப்பவும் உங்க மகளைக் காக்க வெச்சிடாதீங்க..."

ரிசீவரை வைத்த கலாவின் பாட்டி அருகிலிருந்தவர்களிடம் சொன்னாள்.

"மாப்பிள்ளை வந்திடுவார். ஆக வேண்டியதை பாருங்க..." சொல்லிவிட்டு அத்தனை துக்கத்திலும் பேசியதற்கான சில்லறையை வைத்துவிட்டுப் போனாள்.

எனக்குக் கலாவின் அப்பாவைப் பார்க்கவேண்டும் போலிருந்தது. எனக்கென்றால்... 'எனக்கு' அல்ல. கலாவால் அனுதினம் உச்சரிக்கக் கேட்ட, என்னுள்ளிருக்கும் அவளின் ஆதங்கத்திற்கு.

ஆனால் அது முடியாது. துக்கம் பீறிட்டது.

இதுவரைக்கும் எதற்குமே உபயோகமில்லாதவை என்று நான் நினைத்திருந்த என் கண்களிலிருந்து துளிகள் அடக்க மாட்டாமல் வழியத் தொடங்கின. சிறுவயதிலிருந்து பார்வையில்லாதவன் என்பதற்காக நான் படாத வருத்தமும் இப்போது கண்ணீரில் கலந்திருந்தது.

வழியும் கண்ணீருடன் செயலற்றவனாய் அமர்ந்திருந்தேன்.

(தினகரன் தமிழ்ப் புத்தாண்டு மலர் பரிசுக்கதை : 1999)

காலச்சரிவு

சேலம் பழைய பேருந்து நிலையத்தில் நான் இறங்கியபோது மதியம் மூன்றாகியிருந்தது.

மஞ்சம்பட்டி கிராமத்து வயல் வேலைகளிலிருந்து மனதைப் பிய்த்தெடுத்துக் கொண்டு நகரத்திற்கு வருவது எப்போதேனும்தான் நிகழும். தற்போது அது அப்பாருவுக்காக நிகழ்ந்திருக்கிறது.

கிராமத்தின் முகவரி போல் வீற்றிருந்த அப்பாரு தற்போது சேலத்திலுள்ள தம் மகன் முத்துராமன் வீட்டுடன் போய் தங்கிவிட்டார்.

இத்தனை இரைச்சல்களின் மத்தியில் அப்பாருவினால் எப்படி வாழ முடிகிறது? அவர் அமைதியானவர். சுத்தமானவர். வாய்க்காலின் தெளிந்த நீரோட்டத்தைப் போல முதல் மழைத்துளியிலிருந்து கிளம்பும் மண் வாசனையைப் போல திளைத்து வாழ்ந்தவர்... இப்போது...?

அப்பாருவின் மகன் வீட்டு முகவரியை விசாரித்தபடி நகரத்தினூடாக நடக்கத் தொடங்கினேன்.

என்னுடைய தாத்தாவும் அப்பாருவும் நண்பர்கள். இருவருக்கும் எழுபது வயது தாண்டிய சமகாலம் என்ற போதிலும், என் தாத்தா அப்பாருவை மரியாதையுடனே விளிப்பார். அப்பாருவை விட வயதில் மூத்தவர்களும் அவரை அவ்விதமே மரியாதையாகத்தான் நடத்தினர், நடத்த முடியும். பெரும் கம்பீரத்தனம்.

இருபது ஆண்டுகளுக்கு முன்பு அவரின் ஒரே மகன், மனைவியின் பேச்சைக் கேட்டு சேலத்திலிருந்த மாமனார் வீட்டைத் தஞ்சமடைந்த பின்னர், அவனை மறந்தே போனார். அவன் சென்று ஒரு ஆண்டு முடிவதற்குள் அவரின் மனைவி, மார்புவலியில் இறந்தாள். அப்பாரு தனியானார். கிராமத்துடன் கலந்து போனார். விதைக்கடலை வியாபாரம். அப்பாருவின் கைராசியில் வறுத்த கடலையும் முளைக்குமென்று விவசாயிகள் நம்பினர். முளைத்தது. தனியாளாக மஞ்சம் பட்டியை அரசாண்டார்.

இனிமேல் எப்படி உழைப்பது? என்று மகனின் கால்மாட்டில் அமர்ந்து மருமகளின் உதாசீன எச்சில் உணவை உண்ட கிராமத்துப் 'பெருசு'களுக்கு தம் வாழ்க்கையினால் மிக தைரியமான பதிலைத் தந்து கொண்டிருந்தார்.

தும்பைப் போன்ற மென்மையான வேட்டி. திறந்த மார்பில் சதா சந்தனப் பூச்சு. வயதைத் திறக்காத ரகசிய உடம்பு அப்பாருவுக்கு. கருத்த தடித்த உதடுகளில் யாரையும் புண்படுத்தாத சிரிப்பொன்று எப்போதும் ஊறிக் கிடக்கும். வெளுத்தும் கருத்தும் கிடந்த முறுக்கிய மீசையில், அவர் தம் கம்பீரத்தினைப் பூட்டி வைத்திருந்தார்.

என் மீது அப்பாருவுக்கும், அவர் மீது எனக்கும் அலாதியான பாசமுண்டு. அவரின் மனைவி இறந்த அன்று பிறந்தவன் நான் என்கிற முறையில் இந்த பாசம் அமைந்து போனதாக என் தாத்தா அடிக்கடி சொல்வார். சென்ற ஆண்டு என் இருபதாவது பிறந்த நாளன்று அப்பாரு தம் மனைவியின் நினைவைக் கொண்டாடி மௌன நாளாக கழித்தார். என் அப்பாருவுக்காக இனி நான் பிறந்த நாளே கொண்டாடுவதில்லை என்று சென்ற வருடத்துடன் முடிவு செய்திருந்தேன்.

பிற்பாடு சேலத்துக்கே வந்துவிடும்படி அவரின் மகன் வீட்டிலிருந்து வந்த தூதுகளுக்கு எல்லாம் புன்னகையை மட்டுமே பதிலாக அனுப்பி வைத்தார். எழுபதிற்கும் அதிக வயது கொண்ட கிழவனின் இந்த கம்பீரம்தான் அப்பாருவை என் கதாநாயகனாக்கியிருந்தது.

நான் பன்னிரண்டாம் வகுப்பு முடித்த போது அப்பாரு என் தாத்தாவிடம் கூறிய அறிவுரைக்கு ஒப்பவே அதற்கு மேல் படிக்காமல் கடந்த ஓராண்டாக விவசாயத்திலிறங்கினேன். அப்பாரு சொன்னால் சரியாக இருக்கும். நான் நம்பினேன். மஞ்சம்பட்டி நம்பியது.

ஓராண்டிற்கு முன்பு விவசாயிகளின் மாநாடு ஒன்றிற்காக சேலம் சென்றிருந்த அப்பாரு, தன் மகன் வீட்டில் இரண்டு நாட்கள் தங்கி விட்டுவந்தார். கிராமம் முழுக்க வியந்து நிற்க, நான் மட்டும் காரணம் புரியாமல் துக்கம் கொண்டேன்.

திரும்பி வந்தவரை வீட்டிற்குள் நுழையும் முன்பாக என் தாத்தா மடக்கினார்.

"என்ன அப்பாரு... பையன் வீட்ல விருந்து பலமா?"

"அதெல்லாம் இல்லய்யா. விவசாயிங்க கூட்டத்துல வந்து எல்லோருக்கும் எதிர்க்க வச்சு ரொம்ப வருத்தி கூப்பிட்டான். சரி, அவனுக்கும் வயசாயிடுச்சில்லே கடைசி காலத்துல இந்தக் கிழவனோட சாபம் கீபம் வந்திட போவுதேன்னு பயம் போல... உன்னால எல்லாம் வருத்திட முடியாது. நான் உன்னை விட நல்லாதான் வாழறேன்னு

ரெண்டு நா தங்கிச் சொல்லிட்டு வந்தேன். சரி உன் பேரன் எங்கே?" என்று என்னை அழைத்தார். ஒரு முகவரித் தாளையும் ஐநூறு ரூபாய் பணத்தையும் கொடுத்தார்.

"கண்ணு, போஸ்ட்டாபீஸ் போயி இந்தப் பணத்தை எம்மவனுக்கு அனுப்பிடுய்யா...!" என்று கரிசனமாகக் கூறியவர், என் முகத்திலும், என் தாத்தாவின் முகத்திலும் எழுந்த கேள்விக்குறிகளுக்கும் தாமே பதிலளித்தார்.

"ரெண்டு நா தங்கிட்டு வந்தேன்ல... அதுக்குத்தான். நாளைக்கு மருமவ ஒரு வார்த்த சொல்லிடக் கூடாதில்லே..."

இதுதான் அப்பாரு . தன் மகன் வீட்டில் இரண்டு நாட்கள் தங்கியிருந்து வந்ததற்குக் கட்டணமாக மணியார்டர் அனுப்பிய அந்த அப்பாருவா இப்போது இப்படி?

ஐந்து மாதத்திற்கு முன்பு மூட்டுவலி என்று சேலம் வந்தவர் திரும்ப மஞ்சம்பட்டிக்கு வரவேயில்லை. மகன் வீட்டில் தங்கி சிகிச்சை செய்து கொண்டிருப்பதாக, முதல் வாரத்தில் ஒரு கடிதம் எழுதியிருந்தார். அவ்வளவுதான். ஐந்து மாதமாகிறது. இதுவரை வேறு எந்தக் கடிதமோ, தகவலோ வரவில்லை. எழுதிய கடிதங்களுக்கும் பதிலில்லை.

முத்துராமனின் முகவரியைக் கொடுத்து அப்பாருவைப் பார்த்து வர என் தாத்தா காலையில் சொன்ன போது எனக்குள்ளே கிளம்பியது வெறுப்பா... இயலாமையா... அப்பாருவின் கம்பீரம் மீதிருந்த அளவு கடந்த நம்பிக்கை எழுப்பிய எதிர்வினையா? புரியவில்லை. ஆனால் கவலையாயிருந்தது.

முகவரியைக் கண்டுபிடித்து முத்துராமன் வீட்டு அழைப்பு மணியை அழுத்திய போது மீண்டும் அதே கவலை தொண்டை முழுக்க.

அப்பாருவின் மகன் முத்துராமன்தான் கதவைத் திறந்தார். அப்பாருவின் சாயலை அப்படியே வாரிசுரிமையாக வாங்கிக்கொண்டிருந்தார். ஒன்றிரண்டு நரைகள் அவரின் ஐம்பது வயதைத் தொட்டுக்காட்டின.

மஞ்சம்பட்டியிலிருந்து இருபது வயதுப் பையன் ஒருவன் அப்பாருவைப் பார்க்க வந்திருப்பது குறித்து அலட்சியத்தையும் மீறி அவர் முகத்தில் இறுக்கம் படர்வதை உணரமுடிந்தது. உள்ளே அழைத்து உட்காரவைத்தார். மஞ்சம்பட்டியின் பிரதிநிதியாக என்னை அவர் ஏன் நினைத்துக் கொள்ளக் கூடாது. அப்பாரு எங்கே?

என் வருகை குறித்த சமாதானத்தை (!) அவர் தம் மனைவி யிடம் விளக்கி விட்டு மீண்டும் ஹாலிற்கு வந்தார். அந்த அம்மாள் வெளியே வரவேயில்லை.

"அப்பாதான் லெட்டர் போட வேணாம்னு சொல்லிட்டார். அதான், பதில் போடலை." அவர் தயங்கியபடி சொன்னார். அப்பாரு சொல்லியிருப்பதால் அதில் காரண காரியமிருக்கும் என்று நான் நினைத்தாலும் இப்போது காரணம் குறித்து பயம் கிளம்பியது.

"அப்பாருவுக்கு கால் சுகமாயிட்டதில்லே?"

என் கேள்வி சிறிது நேர மோசமான மௌனத்திற்கு உட்பட்டது. பதில் அதை விடவும் மோசமாக.

"மூட்டெலும்பு மொத்தமும் தேய்ஞ்சு போயிருந்தது. டாக்டர் நடக்கவே கூடாதுன்னு சொல்லியிருந்தார். அவர் கேட்டாத்தானே... ஒரு தடவை படிக்கட்டுல வேற தவறி விழுந்துட்டார்!"

"ஐயோ... !" கொடூரம் தொடர்ந்தது.

"இடுப்பும் பிரச்சனையாயிடுச்சு. நாலு மாசமாச்சு. எல்லாம் படுக்கையில்தான் நடக்குது. என்ன காரணமோ தெரியலை. கண்டிப்பா ஊருக்கு லெட்டர் போட கூடாதுன்னு சொல்லிட்டார். காது மந்தமாயிருக்குன்னு அவராவே ஏதோ எண்ணையை காதிலே தெனமும் விட்டுட்டு வந்திருக்கார். இப்ப காதும் சுத்தமா கேட்க மாட்டேங்குது. நோட்டொண்ணு கொடுத்திருக்கேன். நாம ஏதாவது. கேட்கணும்னா கூட எழுதிதான் காண்பிக்கணும்."

நான் ஸ்தம்பித்து அமர்ந்திருந்தேன். அவர் தொடர்ந்தார்.

"மாடியிலே அவர் ரூம் இருக்கு. வேலைக்காரிங்க கிடைக்கிறது ரொம்ப கஷ்டமாயிக்கு. எப்படியோ சமாளிக்கிறேன். என் வொய்ப்புக்கும் முன்ன மாதிரி முடியறதில்லே... பையனுக்கு வேற கல்யாணத்துக்குப் பார்த்திட்டிருக்கு... முடிஞ்சிட்டா அவனுக்கு மாடி ரூம் தேவைப்படும், என்ன செய்யறதுன்னே புரியலை."

எதிரில் அமர்ந்திருப்பவன் சிறிய பையன் என்றும் பாராமல் அவரிடமிருந்து வெளிவந்த குற்றச் சாட்டுக் கத்திகள் என் கழுத்தறுத்தன. என்ன செய்யறதுன்னே புரியாத நிலையில்... அஃறிணையாக வர்ணிக்க... அதுவும் யாரை?

அப்பாருவை...! அது என் அப்பாருவாக இருக்க முடியாது.

"முனை முறியாம வீம்பா இருக்கற கடலை தான்யா விதையாகும். பயிருக்கு முனை மனுஷனுக்கு மீசை!"

விதைக்கடலையின் வீம்பையும் மதிக்கத் தெரிந்த என் அப்பாருவால் தம் அத்தனை முனைகளையும் மழுங்கடித்துக் கொண்டு எப்படி மாறிப்போக முடியும்? இவர் அவராக இருக்கமுடியாது.

மாடிப்படிகளைக் காட்டிவிட்டு முத்துராமன் மீண்டும் மனைவி இருந்த அறைக்குள் போய் விட்டார்.

என் கால்களை மிகச் சிரமப்பட்டு மாடிப்படிகள் மேலேற்றின.

ஒரே அறையின் கதவு தெரிந்தது. ஓசை வராமல் திறந்தேன். 'குப்'பென்று சுவாசத்திற்குள் கெட்டதை நிரப்பிற்று காற்று. அது அப்பாரு எனக்குள்ளாக வளர்த்திருந்த சந்தன மரக் காட்டில் புகுந்தது. காட்டின் மூலத்தை மூத்திர நாற்றம் நசுக்கிக்கொண்டது.

இரண்டு பாயை விரித்துப் போடும் பரப்பளவைக் கொண்ட அந்தச் சிறிய அறையில் கட்டிலின் மீது கந்தலுடன் கந்தலாக அவர் சுருங்கிப் போய்க்கிடந்தார். அவரின் எலும்புகளும் இளைத்து விட்டதைப் போல இளைத்துப் போயிருந்தார். தாடையிலும் தலையிலும் முறையாக வெட்டப்படாத முடிகள் திசைக்கொன்றாகப் பரவிக் கிடந்தன.

அறையின் மூலையில் கைப்பிடி வைத்த மூத்திர டப்பா உருவாக்கியிருந்த ஈக்களுக்குத் துணையாக நாற்றமும் பறந்து கொண்டிருந்தது. படுக்கை விரிப்பு முழுக்கத் தெரிந்த திட்டுத் திட்டான கறைகளில் நீர்ப்பட்டு நெடு நாட்களாகியிருந்தன.

கட்டிலின் அருகிலிருந்த மர நாற்காலியில் நான் அமர்ந்தேன். சற்று நேரம்கழித்து கண்களைத் திறந்த அவர் என்னையே அடையாளம் தெரியாதவரைப் போல உற்றுப் பார்த்தார். அவர் முகத்தில் ஏதோ எதிர்பார்க்காத ஒரு அதிர்வு தெரிந்தது.

"எப்ப வந்தே? உன் தாத்தன் எப்படியிருக்கான்?"

குரலில் அந்த அதிர்வில்லை. ஆனால் கர்ண கடூர ஒலியாயிருந்தது. தன் குரல் எழுப்பும் அதிக ஒலி, தம் காதுகளுக்கே கேட்காத கொடூரம். அவரையே பார்த்துக் கொண்டிருந்தேன்.

"வயல்ல என்ன போட்டுருக்கீங்க?"

மீண்டும் கமறியபடி கேட்டார். அந்நேரத்தில் அது அசாதாரணக் கேள்விதான்.

என் மண்டைக்குள் அவர் எனக்காக உருவாக்கியிருந்த வீம்பிலான மீசை வெப்பத்தில் தகித்தது. என் அப்பாரு மஞ்சம்பட்டியில் தன் வீட்டுத் தோட்டத்தில் பூத்திருந்த மலர்களின் வாசனை முழுக்க புதைந்து கொண்டு புதிதாகப் புதிதாகப் பூத்துக் கொண்டேயிருந்தார்

இவர் வேறு யாரோ... இவர் அவரில்லை.

அந்தக் கேள்வி என்னையுமறியாமல் வெளியேறியது. அவரின் கண்களைப் பார்த்தபடி,

"மஞ்சம்பட்டி அப்பாரு என்பவரைப் பற்றி உங்களுக்குத் தெரியுமா?"

வயதிற்கும், என் இயல்பிற்கும் மீறியபடி என்குரலில் கனமேறி யிருப்பதை உணர்ந்தேன். பின்னர் மௌனமானேன். என் முகத்தையே பார்த்துக் கொண்டிருந்த அவர், நான் சொன்னதை எழுதித் தரும்படி நோட்டை எடுத்து என் கையில் கொடுத்தார். எதையெழுத...? என் கேள்விக்கான பதில் அவரிடம் இல்லை என்பதாக நோட்டை படுக்கை மேல் வைத்து விட்டுப் பொங்கிய கண்ணீரை மறைக்க அவசரமாக வாசல் பக்கமாகத் தலையைத் திருப்பிக் கொண்டேன்.

அவரைப் பார்த்து அப்படி கேட்டிருக்கக் கூடாதோ? பயமடைந்தேன்.

சிறிது நேரம் கழித்து திரும்பிய போது நோட்டை மார்புடன் அணைத்துக் கொண்டு அவர் கண்களை மூடிக் கொண்டிருந்தார்.

அவரின் மூடிய இமை இடுக்குகளிலிருந்து கிளம்பியிருந்த கண்ணீர் கோடுகள் இருபுறமும் பக்கவாட்டில் கீழிறங்கிக் காது முடிகளைத் தொட்டுக் கொண்டிருந்தன.

எனக்குள் மீண்டும் பயம் எழும்பியது.

'என் கேள்வி அவருக்குக் கேட்டிருக்குமோ!'

(இதயம் பேசுகிறது - கதை மலர் : 2001)

மயக்கம்

என்னைக் கிடத்தியிருந்த அறை மிகவும் சுத்தமாகவும், காற்றோட்டமாகவும் அமைந்து போனது நோயாளியுலக அதிசயம். இதற்காக அடிக்கடி நான் கால்களை முறித்துக் கொண்டு மருத்துவமனைக்கு வர முடியாது.

அந்தக் கனவு வந்த போதே நான் எச்சரிக்கையாக இருந்திருக்க வேண்டும். என் வீடிருக்கும் அந்தத் தெரு முழுக்கக் கல்பகோடி ஆண்டுகளுக்கு முன்பு எங்களின் நாளைய வசதிக்காக மாநகராட்சித் துறை வெட்டி வைத்த பல வடிவக் குழிகளில் முப்பத்து முக்கோடித் தேவர்களும் விழுந்து, மருத்துவமனை சென்று சாபவிமோசனம் பெற்றார்கள். என்னையும் அக்குழிகள் பலமுறை இடறினாலும் நான் விழாமல் தப்பித்தே விட்டேன். (இப்போது அப்படிச் சொல்ல முடியாது.) ஒரு வாரத்துக்கு முன்பு அந்தக் கனவு வந்தது. அந்தக் குழியின் உதவியுடன் எனது வலதுகால் முறிவதைப்போல. ஆனால் இப்போது இரண்டு கால்களும் முறிந்து, இங்கு கிடக்கிறேன்.

நேற்று ஞாயிற்றுக்கிழமை. கோமதி என்னுடன் இருந்தாள். இன்று காலை அவள் தாம்பரம் கிளம்பிய பிறகு, நான் அலுவலகம் கிளம்பும் போதுதான் அந்தக் குழிகளில் விழுந்து இப்படி இரண்டு கால்முட்டிகளிலும் இத்தனைச் சேதம் ஏற்பட்டிருக்க வேண்டும். இப்போது அப்படி விழுந்ததே கனவு போலிருக்கிறது. மருத்துவமனை வரை நீளும் கனவு. எல்லாம் வெறும் கனவு. இதோ இப்போது கோமதி எழுப்பிவிடப் போகிறாள். எல்லாம் கனவாகிவிடப் போகிறது. இல்லை... இல்லை... என்றபடி கால்முட்டிகளிலிருந்து வலிகள் பெரிதாக அலறின.

விழுந்தபோது ஏற்பட்ட மயக்கம் இடையில் தெளிந்தது போலவும், அந்தத் தெளிவின் ஏதோவொரு குழப்ப விநாடியில் நர்ஸ் என்னை மீண்டும் மயக்கத்திலாழ்த்தி விட்டும் போனதாக நினைவு. ஒரு வேளை இப்போது தான் முதன்முறையாக மயக்கம் தெளிகிறேனோ! முறிந்தவை எலும்புகள் மட்டுமா? விழுந்தது குழியில்தானா?

நிசப்தத்தில் மூழ்கியிருந்த அறையினுள் மருத்துவமனை வளாகத்தின் ஏதோவொரு பகுதியிலிருந்து குழந்தை அழும் சப்தம் ஈனஸ்வரத்துடன் நுழைந்து கொண்டேயிருந்தது. பினாயில், ரத்த வீச்சத்தின் பச்சை நாற்றத்துடன் கலந்து, காற்று கனமாகியிருந்தது.

அது இரண்டாகத் தடுக்கப்பட்ட அறை. வலப்பக்கம் பத்தடி தள்ளி ஆளுயர மரத் தடுப்புக்கு அந்தப் பக்கம் வயதான இருதய நோயாளி ஒருவர் கிடத்தப்பட்டிருக்கிறார். ஆனால் இதுவரை அவருக்கு உருவமே இல்லை. அவர் படுக்கைக்குப் பத்தடி தள்ளி மற்றொரு மரத் தடுப்பு என்று அறை இரண்டுக்கும் அதிகமாகவும் தடுக்கப்பட்டிருக்கலாம். அழுகைக்குரல் அடிக்கடி வளர்ந்து குறுகியபடி எங்கோ ஒரு குழந்தை அழுது கொண்டேயிருந்தது.

இரு கால்முட்டிகளுக்கும் கீழே கொத்துக் கொத்தாக வலி கொப்பளித்துக் கொண்டிருந்தாலும், நெருப்புக் காயத்தின் மேல் பனி ஒத்தடம்போல ஏதோவொன்று வலியை மரத்துப் போகச் செய்திருந்தது. மறைவாக ஏகப்பட்ட வலிகள் ஒளிந்து கொண்டிருப்பதை உணர முடிந்தது.

கோமதி வந்துவிட்டால் சற்று ஆறுதலாக இருக்கும். அவளுக்குச் சொல்லி அனுப்பிவிட்டார்களா என்று தெரியவில்லை. கோமதி என் தர்மபத்தினி. திருமணம் முடிந்து ஒன்றரை வருடமாகிறது. குழந்தை பற்றிய நினைவு தற்போது தேவையில்லை என்று ஒத்தி வைத்திருக்கிறோம். மற்ற திட்டங்கள் நிறைய உண்டு.

சொந்த வீடு வாங்க வேண்டும். எதிர் வீட்டு மிலிட்டரித் தாத்தாவின் பழைய ஸ்கூட்டரை ஞாயிற்றுக்கிழமையில் மட்டும் தத்தெடுத்து அண்ணா சாலைக்கு சினிமா போகும் களப்பிரர் காலம் முடிந்து, சொந்த ஸ்கூட்டர், சொந்த பெட்ரோல் எனப் பொற்காலத்தில் பூரிக்க வேண்டும். அதற்கு வசதி வேண்டும். வசதிக்கு இரண்டு பேரும் வேலைக்குப் போக வேண்டும். வேலை எங்கிருந்தாலும்.

கோமதிக்கு நான்கிலக்க சம்பளத்தில் வேலை கிடைத்த பள்ளிக்கூடம் தாம்பரத்தில் அவளது அம்மா வீட்டின் அருகில் இருந்ததால் சனி, ஞாயிறுகளில் மட்டுமே அவள் நகரத்துக்குத் திரும்பி எனக்கு மனைவியாவாள். மற்றபடி தன் அம்மாவுக்கு மகளாகவும், பள்ளிக் குழந்தைகளுக்கு டீச்சராகவும் சுழல்கிறாள். இங்கே என் அம்மாவுக்கு நான் துணை. என் அம்மாதான் பாவம். ஃபோன்கூடப் பேசத் தெரியாத கட்டுப்பெட்டி. என்னை விட்டால் எதுவுமே தெரியாது. என்ன செய்கிறாளோ? எனக்குக் கால் முறிந்த தகவலை யார் மூலம் கோமதிக்குச் சொல்லிவிட்டிருக்கிறாளோ, தெரியவில்லை. கோமதியின் பள்ளிக்கூடத்தின் ஃபோன் நம்பர் அம்மாவுக்குத் தெரியுமே! கோமதி ஏன் இன்னும் வரவில்லை.?

“ஹலோ சார்... உங்களுக்கு மயக்க ஊசி போட்டிருக்கு. கண்ணை மூடித் தூங்க ட்ரை பண்ணுங்க... ப்ளீஸ்!” எனக்குத் தெரியாமல் உள்ளே புகுந்த நர்ஸ், தலையில் கை வைத்துக் கொண்டு ‘எல்லாம் கெட்டுவிட்டது’ போன்ற பாவனையில் சொல்ல, கண்களை மூடிக்கொண்டேன். பிறகும் அறை தெரிந்து கொண்டே இருந்தது.

மரத்தடுப்புக்கு அந்தப்பக்கம் படுத்திருக்கும் பெரியவரின் குரல் அடிக்கடி அவருக்கு உருவம் கொடுத்தது. இதய நோயாளியான அவர் நேற்றுவரை ‘மிக’ மோசமான கட்டத்திலிருந்து விட்டு, தற்போது பரவாயில்லையான மோசமாகத் தேறியிப்பதாகவும், மும்பையிலிருந்து அவரது ஒரே மகனும், அவன் குடும்பத்தினரும் ரயிலில் வந்து கொண்டிருப்பதாகவும் மரத்தடுப்பின் உட்புகுந்து வந்த வார்த்தைகள் கூறியிருந்தன. நோய் பீடித்த அவரது இதயம் யாருமற்ற நேரத்தில் திடீர் திடீரெனப் பினாத்துகிறது. இப்படியாக அவர் மரணத்துடன் நெடிய பேச்சுவார்த்தை நடத்திக் கொண்டிருந்தார். ஆனால் அப்படிப் பினாத்துவதற்கு முன்பே அவர் செத்துப் போயிருப்பாரோ என்று சந்தேகமாக இருக்கிறது. உயிரோடு இருக்கும் யாராலும் இத்தனை மோசமான சத்தத்தை எழுப்ப முடியாது.

மூடியிருந்த என் இமைகளைத் துளைத்து, உட்புகுந்திருந்த வெளிச்சச் சிவப்பை ஒரு நிழல் கருஞ்சிவப்பாக்கியது. கண்களைத் திறந்தேன்.

என் அழகான அம்மா நின்றிருந்தாள். என் அம்மாவுக்குச் சென்ற வருடம்தான் ஐம்பத்தெட்டு வயது முடிந்து நாற்பது தொடங்கியது. ஆனால், இப்போது அவள் திடீரென்று தன் உண்மையான வயதை அடைந்து முதுமையாகியிருந்தாள். அழுதழுது முகம் வீங்கியிருந்தது. என் அப்பாவின் மரணத்தின் போதுகூட அவள் இத்தனை சோர்ந்து நான் பார்த்ததில்லை. ஆனால் என் கால் முறிவு அவள் இதயத்திலும் தொடர்வதை என்னால் உணர முடிந்தது.

மிகச் சிரமத்துடன் எச்சிலை விழுங்கிவிட்டுக் குழறலாக, “கோமதிக்குச் சொல்லிட்டியா?” என்றேன். காரணமில்லாமல் திகைத்த அவள் என்னையே உற்றுப் பார்த்தபடி... “இல்லே... சொல்லலே” என்றாள். கண்ணீரை வழித்தாள். “என் ஆபிஸீக்கு...?” என்றேன் மீண்டும்.

மீண்டும் அவளின் திகைப்பு.

“காலைலயே உன் ஆபீஸ் ஆளுங்க எல்லோரும் வந்துட்டுப் போயிட்டாங்க, நீ மயக்கமா இருந்தே. தூங்கு, கால்வலிக்கும். பேசாம தூங்குப்பா...”

குழப்பமாக இருந்தது. கண்களை மூடிக்கொண்டேன். கோமதி ஏன் வரவில்லை? அம்மா சொல்லவில்லை என்கிறாளே ஏன்? இல்லை, தகவல் தெரிந்தும் வரவில்லையா? கால்களில் எலும்புகள் பிசகியதால்

என்னை விவாகரத்து செய்ய முடிவெடுத்து விட்டாளோ? நான் ஏன் இப்படியெல்லாம் சிந்திக்கிறேன்? சக்கரம் கண்டு பிடிக்கப்பட்ட காலத்தில் தயாரிக்கப்பட்ட மிலிட்டரி தாத்தாவின் ஸ்கூட்டரை விலக்குவது பற்றி அடிக்கடி கோமதி சொல்லியிருக்கிறாள். என்னை விலக்குவது பற்றியெல்லாம் பேசியதில்லை. ஆனால் அப்போது நான் மருத்துவமனையிலும் இல்லை. அது சரி... காலையில் ஆபீஸ் கிளம்பும் போதுதான் குழியில் என் கால்கள் சிக்கியதாக நினைவு. என் ஆபீசில் வேலை செய்பவர்கள் காலையிலேயே வந்து பார்த்துவிட்டுப் போய்விட்டதாக அம்மா சொல்கிறாள். நான் விழுவதற்கு முன்பே வந்து பார்த்துவிட்டுப் போய் விட்டார்களா?

தப்பு! தப்புத் தப்பாகச் சிந்திக்கிறேன். தலை வேறு பயங்கரமாக வலிக்கிறது. தலையிலும் அடிபட்டிருக்குமோ? சிந்திப்பதை நிறுத்தினேன் என்பதான சிந்தனை ஓடிக் கொண்டிருந்தது. மரத் தடுப்பிற்கு அந்தப் பக்கம் அரவம் கேட்டது... அந்தப் பெரியவர்தான்.

"எம் பையனை... பேரனைப் பார்க்கணும் டாக்டர். டேய், மாதவா... பம்பாய்க்கு ஃபோன் போட்டியா, இல்லையா? எந்த டிரைன்ல வராங்கன்னு கேட்டியா?" அவரது கேள்வியில் பயத்துடனான மர்மமிருந்தது. "வந்திடுவாங்கய்யா... நீங்க ரெஸ்ட் எடுங்க... பேசக் கூடாதுன்னு டாக்டர் சொல்லியிருக்கார்." இது மாதவனாக இருக்கவேண்டும்.

பெரியவர், தாம் சிறுவயதில் பேசத் தொடங்கிய பால்யத்தைப் பற்றி ஏதோ பேசத் தொடங்க... அந்த மாதவனும், டாக்டரும் மரத் தடுப்பிற்குப் பின் இடைவெளி வழியாக என் படுக்கைப் பக்கம் வந்தனர். இருவர் முகத்திலும் பேயறைந்த களை! களையா அது? 'பூமி கடலில் மூழ்கிவிட்டது' என்று மாதவன் டாக்டர் காதில் சொல்ல, டாக்டர், 'பொறு! நான் வராக அவதாரம் எடுத்துக் காப்பாற்றுகிறேன்' என்பதாகக் கைகளில் பாவனையுடன் பதில் ரகசியம் பேசினார். எனக்குத் தெளிவாக விஷயம் புரிந்துவிட்டது. பெரியவரின் மகன் குடும்பத்தினர் வந்த ரயில் விபத்துக்குள்ளாகி, குடும்பத்தில் அனைவரும் செத்து விட்டனர். அதைத் தாங்க முடியாத பெரியவரின் இதயத்திடமிருந்து துயரச் செய்தியை மறைக்கத்தான் இந்த இருவரும் ரகசியம் பேசியிருக்கிறார்கள். பிறகு பெரியவரின் படுக்கைப் பக்கம் போய்விட்டனர்.

"எப்ப விழிப்பு வந்தது?" என்றபடி என்பக்கக் கதவு வழி மிலிட்டரி தாத்தா முன் வர, "இன்னைக்குக் காலைல..." என்று பதில் சொன்னவாறு அம்மா பின் வந்தாள்.

மீண்டும் அம்மா குழப்புகிறாள். நான் குழியில் விழுந்தது என்றைக்கு? இங்கு சேர்க்கப்பட்டது என்றைக்கு? இன்று காலைதான் விழிப்பு

வந்தது என்றால், நேற்று ஞாயிற்றுக்கிழமை. கோமதி என்னுடன்தானே இருந்தாள். நேற்று மாலையே விழுந்து மயக்கமாகிவிட்டேனா? அப்போது கோமதி?

"நான் பாவி எல்லாத்துக்கும் எப்படியோ காரணமாயிட்டேன்..." மிலிட்டரி தாத்தா கண்கள் கலங்கச் சொல்ல, எனக்குள் குழப்பம். மிலிட்டரி தாத்தாதான் என்னைக் குழியில் தள்ளிவிட்டிருப்பாரோ?

"வேண்டாம்... இங்க வேண்டாம். அவனுக்கு எதுவும் தெரியலை" என்று அம்மா, அவரை அவசரமாக வெளியில் அழைத்துச் சென்றாள்.

கால்களில் வலிகளின் கூட்டம் மெதுவாக வெளியே எட்டிப் பார்த்தன. கால்களைப் புள்ளியளவும் அசைக்க முடியாதபடி வலிகள். கனவிலும் வலிகள். வலிகளே கனவாக.

சிறிது நேரம் மயக்கம் போன்ற தூக்கம்... ஏதோ சத்தத்தினால் விழித்தேன்.

'க்ரென்ஃபா! அப்பா! மாமாஜி!' மெல்லிய சத்தங்கள் மரத்தடுப்புக்கு அந்தப் பக்கம். எனக்கு அதிர்ச்சியாக இருந்தது. அந்தப் பெரியவரின் மகன் குடும்பத்தில் யாரும் சாகவில்லை. ரயில் விபத்து நடக்கவில்லையா? முதலில் ஒரு கனவில் நடந்ததே!

பத்து நிமிடங்கள்தான் ஆகியிருக்கும். அந்தப் பக்கம் குளறுபடியான கூச்சல்கள் எழுந்தன. யாரோ ஓடும் சத்தம். டாக்டரின் குரல் சன்னமாகச் செய்தி சொன்னது. பெரியவர் இறந்துவிட்டார். அதுசரி, ரயில் விபத்தில் இறந்து போனவர்களைத் திடீரென நேரில் பார்த்ததில் இதய நோயாளி என்ன செய்யமுடியும்... சாவதைத் தவிர. என்னைப் போலவே பெரியவரும் நினைத்திருந்ததில் மகிழ்ச்சியாக இருந்தது. இருந்தாலும் அவரது மகன் குடும்பத்தினர் கொடூரமானவர்கள்.

பின்னர், மரத் தடுப்புக்கு அந்தப் பக்கம் எந்தச் சத்தமும் இல்லை. அடுத்த நோயாளி வரும்வரை அமைதிதான் பேசுமென்று நினைத்துக்கொண்டிருந்தபோதே, அங்கிருந்து அறையைச் சுத்தம் செய்யும் ஊழியர்களின் பேச்சு மிகமிக மெதுவாகக் கேட்டது. கூடவே பினாயில் நெடியும், போர்வைகள் உதறும் சத்தமும்.

"ரெண்டு நாளா டேக்கா கொடுத்துகினிருந்த பெர்சு மவனப் பார்த்ததும் புட்டுகிச்சு பாரு..."

"ஊருப் பக்கத்திலே மண்ணைக் கரைச்சு ஊத்துவாங்களாம். ஆமா... பக்கத்துல இன்னா கேஸ்பா?"

"அத்தா... புருஷனும் பொண்டாட்டியும் மெரினா பீச்சைக் கண்டுகினுவர டூவீலர்ல போயிருக்காங்க. திரும்பி வரும்போது ஆக்ஸிடென்ட். மணல் லாரிக்காரன் அடிச்சிட்டான். ஸ்பாட்டிலேயே

பொண்டாட்டி காலி. இவனுக்கும் ரெண்டு காலும் லாரிச் சக்கரத்தோட பூட்ச்சு... தலையில கொஞ்சம் அடி. எக்ஸ்ரே எடுக்கலை. இன்னிக்கு எடுப்பாங்கன்னு டாக்டர் சொன்னாரு."

எனக்கு வேதனையாக இருந்தது. என் அறைக்கு அருகில் கண் முன்னே மனைவியை இழந்து, கால்களை இழந்து சேர்க்கப்பட்டிருக்கும் அந்த முகம் தெரியாத நபரின் மேல் பரிதாபம் எழுந்தது. அவன் கைகளைப் பிடித்து ஆறுதல் கூற வேண்டும்போல் இருந்தது. எலும்பு முறிவுக்கே எனக்கு, என் சுற்றத்துக்கு இத்தனைத் துயரம் என்றால், அவனின் நிலை? மரத் தடுப்புக்குப் பின்புறம் குரல் தொடர்ந்தது.

"ஸ்கூட்டரில் பிரேக் பிடிக்கலையாம்... பாவம். இதுல இன்னா கொடுமைன்னா... போஸ்ட்மார்ட்டத்துல பொண்டாட்டி ரெண்டு மாசம் முழுவாம வேற இருந்திருக்கா. அது அவ புருஷனுக்கே தெரியாதுன்னு மாமியாக்காரி அழறா. எனக்கே துக்கமாப் போச்சுப்பா!"

எனக்குள் மெதுவாகப் பதற்றம் பரவியது. இல்லை, எனக்குப் பதற்றமில்லை. அது வேறு யாரோ. வேறு யாருக்கோ நடந்தது. நான் விழுந்தது, பல மாதங்களாக விழப்போவதாக நினைத்துக்கொண்டிருந்த மாநகராட்சிக் குழியில்தான். கோமதி அருகில் இல்லாததற்கும், மிலிட்டரி தாத்தா கலங்கியதற்கும், இதற்கும் தொடர்பில்லை. அத்துடன் அவனுக்குக் காலிரண்டும் போயே விட்டது. எனக்கு முட்டிப் பிசகல்தானே. ஆனாலும் நேற்று கோமதியுடன் ஸ்கூட்டரில் மெரினா சென்றது திடீரென நினைவுக்கு வந்தது. திரும்பி வரும்போது... .லாரி ஒன்று வேகமாக... ...

நினைவுகளை ஏதோ அமுக்க... உடலிலிருந்த மயக்கம் மூளைக்குத் தாவியது. திமிறிய நினைவுகளின் மேல் பாறைகள் விழுந்தன. எங்கோ குழந்தை மீண்டும் அழத் தொடங்கியது.

இரண்டாம் முறையோ, மூன்றாம் முறையோ மயக்கம் தெளிந்தபோது நான் கண்டது எத்தனையாவது கனவென்று தெரியவில்லை. ஆனால், யதேச்சையாக நான் தலையை அப்போது ஒருக்களித்துப் பார்த்தேன்... மிக உறுதியாக என் கால்கள் இரண்டும் முட்டியுடன் முடிந்து போய், கட்டுகளால் மூடப்பட்டிருந்தன.

(தினமணிக்கதிர் : 1999)

நெடுங்கனவின் நிழலில்

பன்னிரண்டாம் வகுப்பு தேர்வு முடித்த வேளையில் மோகன் அந்தத் திருமணத்திற்குத் தானுமொரு சாட்சியானான். அந்நிகழ்வைத் 'திருமணம்' என்று அவன் அப்போதே நம்பவுமில்லை.

ஆனால் பெருமாள் பிள்ளைக்கும், கோமதிக்கும் இடையில் நடைபெற்ற அந்த துர்சம்பவத்திற்கு அந்த கிராமமே அட்சதைகள் கொண்டு ஆசீர்வதித்தது.

அப்போது பிள்ளைக்கு அறுபத்து மூன்று வயது. கோமதிக்குப் பதினான்கு. மோகன், அட்சதை தூவவில்லை. அவை ஒரு சிறுமியின் வெண்ணெய் போன்ற மென்மையான வாழ்க்கையின் உயிர்த்துடிப்பில் குத்தி, கிழித்து விடும் என்பதை அவன் அறிந்திருந்தான். அவனால் மட்டுமல்ல, யாராலும் அச்சம்பவத்தைத் தடுத்து நிறுத்தியிருக்க முடியாது. காரணம், பிள்ளை அந்தக் கிராமத்தின் அதிபதி. வட்டிக்கு விடும் தொழில் செய்பவர். பலரின் நன்செய், புன்செய், கிணறுகள், தவளைகள் எல்லாம் அவரின் இரும்புப் பெட்டியின் மேல் தட்டிலேயே மூழ்கிப் போயிருந்தன. அதனொரு ரகசிய தட்டில் ஏழுவகைப் பெண்களின் புடவை, மல்லிகைகளின் நைந்த மணமும் நிலவிக் கொண்டேயிருந்தது. அவரிட்டதுதான் கிராமத்தின் சட்டம்.

கோமதி ஓர் அநாதை. சூரிய வரமோ, புனித ஆவியின் புகுதலோ கொண்டு அம்மன் கோவில் குளத்தின் படிக்கட்டு, மிகவும் முயற்சி செய்து அவளை பிரசவித்தது. சூரியன் உச்சிக்கு வந்தபோது, படியின் வெப்பம் தாளாமல் கதறி அழுத அவளைக் கிராமம் கண்டு, உடனே தத்தெடுத்துக் கொண்டது. அனைவரும் அவளுக்கு உறவினர்கள். அவள் அனைவருக்கும் வேலைக்காரி.

பருவமடைந்து சில மாதங்களாகியும் அவள் தன் பால்யத்தை மறக்காமலேயிருந்தாள். கிராமத்தின் மிக நுண்ணிய அழகு ஒளிரும் புறங்களில் பட்டாம்பூச்சி போல் வளைய வந்தாள். அவளின் இருப்பிடம் ஒரு இனிய சிறுமியின் தூய அன்பினால் சதா

துடைக்கப்பட்டுக்கொண்டே இருந்தது. அவள், அவள் உலகத்துப் படைப்புகளுடன் விளையாடிக் கொண்டிருந்த போது தான், சமூகம் அவளை வலுக்கட்டாயமாக தாலி விளையாட்டை விளையாடப் பணித்தது.

பற்கள், முடிகள், முன் வயிறு என்று அனைத்தும் விழுந்திருந்த பிள்ளை, அவள் கழுத்தில் தாலி கட்டினார். சமூகம், தமது ஆற்றாமையின் அசிங்கமான கரங்களைக் கொண்டு விழிகளைப் பொத்திக்கொண்டது. உடனே உலகம் இருண்டு போனது.

பின்னர் மூன்று ஆண்டுகள் நகரத்தில் கல்லூரி விடுதியில் தங்கிப் படித்துக் கொண்டிருந்த போதும் சரி, அவ்வப்போது கிராமம் வந்து திரும்பும் போதும் சரி, மோகனின் காதுகளில் கோமதியின் முடிந்துபோன விளையாட்டு பற்றிய விகசிப்புகள் கசிந்து கொண்டேயிருந்தன. அதற்கேற்றாற் போல் படிப்பு முடிந்து அவன் கிராமம் திரும்பிய அன்றே மிகச் சரியாக அச்சம்பவம் நடந்து விட்டிருந்தது.

பிள்ளை மாரடைப்பில் இறந்து போனார்.

கிராமம் மொத்தமும் பிள்ளையின் பங்களாவில் குழுமியிருந்ததது. 'இனி கோமதியின் கதி?' என்ற பதிலில்லாத கேள்விகளைச் சுமந்தபடி மோகனும் இழவு வீட்டில் வளைய வந்தான். பிள்ளையின் வெகு தூரத்து சொந்தங்களெல்லாம் 'நெருங்கிய' சொந்தமென்று சுற்றி சுற்றி வந்தன. 'சொத்து, சொத்து' என்று அழுதன.

மூன்றாண்டுகள் மட்டுமே நீடித்த கோமதியின் தாலி விளையாட்டு முடிந்து போய்விட்டது. இனி அவள் விதவை. விளையாட்டாகவே விதவை. விளையாட்டு விளையாட முடியாத விதவை. தம் விழிகளை மூடி வைத்திருந்த கரங்களை விலக்கி விட்டு இனிமேல் சமூகம் அவளை உற்று நோக்கும்.

மோகனின் தொண்டையில் ஊவாமுள்ளொன்று நெருடத் தொடங்கியது. இழவு வீட்டில் கிளம்பிய பேச்சுக்களும், பரிதாபங்களும் கூட்டுச் சேர்ந்து சமூகத்திற்குக் கோரைப் பற்கள் வளர்வதைப் போலுணர்ந்தான்.

அந்தப் பற்களின் கூர் முனைகளில் கோமதியின் பருவம் குழைத்த பாலியம் சிக்கிக்கொண்டு திணறுவதைப் பார்த்தான். கோமதி மீண்டும் குழந்தையாகிக் குளத்தின் படிக்கட்டின் மீது கிடந்து, வெப்பம் தாளாமல் கதறுவதாகவும் ஒரு புதிய எண்ணம் அவனுக்குள் எழுந்தது.

பிள்ளையைப் பட்டாசாலையில் (ஹால்) கிடத்தியிருந்தார்கள். பெரு வியாதிக்காரனின் மொண்ணை விரல்களில் வீசும் பளபளப்பு, தளர்ந்துகிடந்த அவரின் மேனியெங்கும் வியாபித்திருந்தது. யாரும் அழவில்லை. முக்கியமாக, கோமதி அழாமல் இருந்தது குறித்து

மோகன் பெரும் மகிழ்ச்சி கொண்டான். அவன் கோமதியை உற்றுப் பார்த்தான்.

அவளிடம் எந்த மாறுதலும் தெரியவில்லை. அவன் மூன்றாண்டுகளுக்கு முன்பு பார்த்தபடியே இருந்தாள். தாலி விளையாட்டு அவளின் களங்கமில்லாத பால்யத்தை, பருவத்தை எதுவும் பாதிக்கவே இல்லை. முதலிரவன்று பிள்ளையின் புளியந்தோப்பில் அஞ்சாங்கல்லு விளையாடிக் கொண்டிருந்தவளைத் தேடிப்பிடித்து அழைத்து வந்தார்களாம். அப்போது, அந்த விளையாட்டிற்கு நேர்ந்த இடையூறு குறித்து எப்படியெல்லாம் முகம் சுருக்கினாளோ... அச்சுருக்கங்களின் மிச்சமெதுவும் தற்போது அவள் முகத்தில் இல்லாததை அறிந்து நிம்மதி கொண்டான்.

அவள் அப்படியே இருந்தாள். அவளை 'அது' கனிய வைக்கவில்லை. 'அது'வால் அது முடிந்துமிருக்காது. ஆனால் அவளை இனி சமூகம் பாதுகாக்கும். அவளின் மொத்தத்தையும் அது பரிதாபப் போர்வை கொண்டு மூடி வைத்துக் கொள்ளும். நாயிடம் சிக்கிய தேங்காய்! நார்கூட பிரியாமல் கெட்டு, ஓடு மண்ணோடு மக்கும் வரை சமூகம் அதை வெகு கவனமாகப் பாதுகாக்கும்.

பிள்ளையின் தூரத்து உறவினர் ஒருவர் மறுநாள்தான் வரமுடியும். ஆதலால், பிள்ளையின் இறுதிப் பயணமும் அதற்கேற்றாற் போல ஒத்திவைக்கப்பட்டிருந்தது.

அந்த பங்களாவில் நிறைய அறைகளிருந்தன. பிள்ளையின் உறவினர்கள், கிராமத்தினர் என்று பலரும் இரவு அங்கேயே தங்கினர். இழவு வீட்டின் பெண்களுக்குப் பாதுகாப்பாக கிராம ஆண்பிள்ளைகளும் சிலர் அங்கு தங்க நேர்ந்தது. யதேச்சையாக அதில் மோகனும் ஒருவன். பட்டாசாலையின் இடது ஓரத்திலிருந்த ஓர் அறை அவனுக்குக் கிடைத்தது. அது மளிகைச் சாமான்கள் அடுக்கி வைக்கும் சிறிய அறை. கோணிப்பைகள் ஒன்றிரண்டை விரித்துப் படுத்தான்.

பங்களாவின் அனைத்து விளக்குகளும் எரிந்து கொண்டிருந்த காரணத்தால், திறந்திருந்த கதவின் வழி, பட்டாசாலையிலிருந்து பிள்ளை தெரிந்து கொண்டேயிருந்தார். மோகன் கண் இமைக்காமல் 'அதைப்' பார்த்துக்கொண்டிருந்தான். பிள்ளையின்மீது கிடந்த மாலைகளின் மலர்கள் வதங்கத் தொடங்கியிருந்தன. அவற்றினூடாக கோமதியின் எதிர்காலத்தை அவன் பார்த்தான்.

கோமதியின் தற்போதைய நினைவுகள் குறித்து அவனுக்குள் கேள்விகள் பல எழுந்து கொண்டேயிருந்தன. அவளின் உணர்வுகளுக்கு பரிதாபத் தீனிபோட எண்ணியிருக்கும் சமூகம் குறித்துக் கடுங்கோபம் கொண்டான். அப்போது அவனுக்குத் தோன்றிய சில விடைகளைச்

சமூகம் அனுமதிக்காது என்பதையும், சமூகத்தை எதிர்க்கும் அளவுக்குத் தனக்கு வலு போதாதென்பதையும் கூட உணர்ந்து அமைதியானான். அதே சமயம், சமூகத்தின் கோரைப் பற்களைக் கோடாரியினால் உடைத்தெறிய ஆசைப் பட்டான்.

உள்ளுக்குள் பொங்கிய இவ்வித எண்ணங்களின் காரணமாக நள்ளிரவாகியும் உறக்கம் வராமல் வெறுமனே படுத்திருந்தான். தொண்டைப் பகுதியிலிருந்த ஊவாமுள் மெல்ல நழுவி இதயத்தைத் தொட்டு விட்டதாக அவன் நினைத்த கணத்தில் அந்தச் சிறிய அறையின் கதவு திறக்கும் முணுமுணுப்பு ஓசையுடன் அவள் உள்ளே வந்தாள்.

கோமதிதான் வந்திருந்தாள். அவன் எதையோ எதிர் பார்த்திருந்தவன் போல எவ்வித அதிர்வோ, ஆச்சரியமோ கொள்ளாமல் அப்படியே படுத்திருந்தான். நள்ளிரவிலும் அவளின் முகத்தில் ஒரு விதப் பொலிவு படர்ந்திருப்பதை ரசித்தான். அவளின் வாழ்க்கையின் தவறின் பக்கங்கள் எல்லாம் முடிந்து போய் விட்டதாகவும், இனி தவறே நடந்தாலும் அது தார்மீக நெறிப்படி 'சரி'யாகவே கொள்ளப்படுமென்றும் நினைத்தவாறு, வாசல் கதவருகே நின்றிருந்தவளை அனிச்சை செயலாகப் பார்த்துக் கொண்டிருந்தான்.

"லைட்டை அணைச்சுடவா?" என்றாள் திடுமென. அவன் தலையைச் சிலிர்த்துக் கொண்டு "என்ன? என்ன?" என்றான்.

"லைட்டை அணைச்சாதானே தூக்கம் வரும்...அதான்..."

'ம்' என்றான். அவள் வெளியேறினாள். பட்டாசாலையிலிருந்த அந்த அறையின் விளக்கை இருளாக்கி விட்டு, உட்புறம் எங்கோ போனாள். உறங்கும் வரை, உறங்கிய பின்பும் கூட மோகனைப் பொறுத்தவரை அவள் அந்த வாசல் புறத்தில் நின்று கொண்டேதானிருந்தாள்.

அவன் விழித்தபோது விடியாமல் தானிருந்தது. மறுபடி உறங்கப் பிடிக்காமல் எழுந்து, பட்டாசாலைக்கு வந்தான். பிள்ளை, மட்டி ஊதுபத்திகள் எழுப்பியிருந்த மோசமான சோகங்களின் நெடியிடையே கிடந்தார். கடைசி இரவு!

நடை முழுக்க திசைக்கொருவராகப் படுத்திருந்தவர்களை மிதித்துவிடாமல் பங்களாவின் பின் கட்டுக்கு வந்தான். வானம் இருட்டுமில்லாமல் வெளிச்சமுமில்லாமல் மந்தகாசம் காட்டிக் கொண்டிருந்தது. சுற்றிலும் வளர்ந்திருந்த எலுமிச்சை மரங்களிலிருந்து இதமான வீச்சம் கிளம்பியிருந்தது.

கிணற்றிலிருந்து ஒரு வாளி நீரை இறைத்து முகம் கழுவினான். இடுப்பு உயரமிருந்த கிணற்றுத்திட்டில் ஒரு ஓரமாக அமர்ந்து வானம் பார்த்தான். உறக்க மயக்கம் முற்றிலும் விலகியிருந்தது.

உறங்குவதற்கு முன்பாக தனக்குத் தோன்றிய ஓர் உயரிய பதிலைப் பற்றி யோசித்தான். அது கோமதிக்கான பதில். இந்த பதிலுக்கான கேள்வி அவளிடம் உருவாகியிருக்குமா? குழம்பினான். நண்பகலில் ஒட்டுத்துணியில்லாமல் கோயில் குளக்கரை படிக்கட்டில் கிடக்கும் குழந்தை அழாமலே இருந்து விடுமோ?

சுற்றிலுமிருந்த அமைதியை பங்கு போட்டுக்கொண்டு சுவர்க் கோழிகள் கிழித்துக் கொண்டிருந்தாலும், அவன் நீண்ட நேரம் வானம் பார்த்தபடியே அமர்ந்திருந்தான்.

வானத்தில் சற்று வெளிச்சம் முகம் காட்டத் துவங்கிய போது, கோமதி கிணற்றடிக்கு வந்தாள். கையிலிருந்த பெரிய பித்தளை குடத்தை கீழே வைத்தபடி அவனைப் பார்த்தாள். பதிலுக்கு அவனும் பார்த்தான். பின்னும் அவன் கிணற்றுத் திட்டை விட்டு இறங்கவில்லை. அதைப் பற்றி அக்கறையில்லாத படியே அவளும் கிணற்றிலிருந்து நீரிறைக்கத் தொடங்கினாள்.

நான்காவது வாளி நீரைக் குடத்தில் ஊற்றி விட்டு, காலியான வாளியை மீண்டும் கிணற்றில் இறக்கிக் கொண்டிருந்தாள். அப்போது மிகவும் யதேச்சையாக கோமதியின் இடது கை சுண்டு விரல்,மோகனின் தொடையினைத் தொட்டு மீண்டது.

அவனைப் பார்த்தாள். அவனும் பார்த்தான். வானம் மேலும் கொஞ்சம் வெளுத்திருந்தது.

தன் பதிலுக்கான கேள்விகள் அவளிடம் உள்ளதனையும் தன் மணல் கோட்டையினைச் சுற்றிக் கருங்கற்களை அவள் அடுக்கத் துவங்கிவிட்டதையும் அவன் தெளிவாக உணர்ந்தான்.

அவள் புதிய விளையாட்டு ஒன்றினை விளையாட முடிவு செய்து விட்டாள். அதில் அவன் எதுவாகவும் இருக்கலாம். இருக்க வேண்டுமென்று அவன் முடிவும் கொண்டான். இந்த விளையாட்டுப் பற்றி சமூகம் கோபம் கொள்ளும். தவறென்று சாடும். கள்ளமென்று கதறும். அவை அனைத்திற்கும் கோமதி, பிள்ளையின் கோவணத் துணியினைக் கிழித்து நெய்த தூக்குக் கயிற்றினைப் பரிசாக அளிப்பாளென்று அவன் உறுதியாக நம்பினான்.

இந்த புதிய விளையாட்டில் அவனின் பங்கு, சரி பங்காக இருக்கும் என்றாலும், விளையாட்டு என்னவென்பதையும், எவ்விதம் அமையுமென்பதையும் அவள்தான் அறிவாள்.

குளத்தின் மேல் படிக்கட்டில் உச்சி வெயிலின் உக்கிரம் தாளாமல் கதறியழும் குழந்தையின் வேதனை சகியாமல் குளம் புரண்டு படுத்தது.

(உதயம் : 1997)

வராத அழைப்பு

'காத்திருத்தல்' என்பதே வரக்கூடிய ஒன்று உள்ளது என்பதன் நீட்சியான வார்த்தைதான் என்பதை மறுதலித்தபடி நிகழ்ந்துவிட்டிருக்கிறது, கல்பனாவின் தற்கொலை.

தூளியிலிருந்த என் பத்துமாத குழந்தை சிணுங்கலிலிருந்து அழுகைக்கு மாறிவிட்டிருந்தான். தூளியை ஆட்டியபடியே என் மனைவி என்னைப் பார்த்த பார்வையில் கனம் மிகுந்த சோகமிருந்தது. வழக்கமாக இந்த மாலை ஐந்து மணி வேளையில் என் குழந்தை கல்பனாவின் மடியில், அவள் வேலை பார்க்கும் தொலைபேசி நிலையத்தில் விளையாடிக் கொண்டிருப்பான்.

நாங்கள் குடியிருக்கும் அபார்ட்மெண்டின் கீழ்த்தளத்தில் யாரோ நடத்தும் தொலைபேசி நிலையத்தில் ஒற்றையாளாக சம்பளத்திற்கு வேலை பார்த்து வந்த கல்பனாவுக்கு இருபது வயதிருக்கும். திருமணமாகாதவள்.

இன்று காலை வழக்கம்போல கடையைத் திறந்தவள், ஷட்டரை உட்புறம் பூட்டிக்கொண்டு உள்ளேயே தூக்கு மாட்டிக்கொண்டிருந்திருக்கிறாள். ஒரு மணி நேரத்தில் கண்டறிந்திருக்கிறார்கள்.

வீட்டில் நேற்று இரவு நெடுநேரம் கல்பனா தூங்காமலிருந்ததாக போலீஸ் விசாரணையில் அவளின் விதவைத்தாய் கூறியிருக்கிறாள். மற்றபடி யாருக்கும் கல்பனாவின் தற்கொலைக்குக் காரணம் தெரியவில்லை. என்றாலும் அவள் எதிர்பார்த்துக் காத்திருந்த ஒரு முக்கியமான தொலைபேசி அழைப்பு வராத காரணம்தான் அவளின் முடிவுக்குக் காரணமென்கிறாள் என் மனைவி, "வழக்கமாக இந்நேரத்துல நம்ம குழந்தை கல்பனாகிட்டேயிருப்பான்" என்றாள் என் மனைவி. அவனின் தற்போதைய அழுகைக்குக் காரணம் அதுதான் என்பது போல. ஏற்கனவே நான் உணர்ந்திருந்ததால் மெல்ல தலையாட்டி ஆமோதித்தேன்.

நேற்று என் மனைவி சுமதி கீழ்த்தளத்திற்குச் சென்ற மூன்று முறையும் கல்பனா மிகுந்த பரபரப்புடனும் நிதானமில்லாமலும் தெரிந்திருக்கிறாள். கடைசி முறையாக கீழிறங்கியபோது, “ஏம்மா உடம்பு சரியில்லையா?” என்ற என் மனைவியின் கேள்வியை திடுக்கிடலுடன் மறுத்திருக்கிறாள்.

மேலும், வாடிக்கையாளர்களிடம் “ஸாரிங்க... பேச முடியாது டெலிபோன் டெட்” எனக் கூறியிருக்கிறாள். எதேச்சையாக ரிசீவரை எடுத்து காதில் பொருத்திய என் மனைவி திகைத்துப்போய்...

“கல்பனா... போன் நல்லாதான இருக்கு... டயல் டோன் கேக்குதே... அப்பறம் ஏன் ‘டெட்’ ஆயிடுச்சுன்னு கஸ்டமர்களைத் திருப்பி அனுப்புறே?” என்று கேட்டிருக்கிறாள்.

நீண்ட தடுமாற்றங்களிற்குள்ளான கல்பனா, “இல்லைங்க்கா... ஒரு முக்கியமான போன் கால் எனக்கு வர வேண்டியிருக்கு... அதான்” என்று பதற்றத்துடன் சொல்லியிருக்கிறாள்.

அது பிற்பாடு வந்ததா என்றும் தெரியவில்லை. அவளின் மரணத்தைத் தீர்மானித்தது அவளுக்கு வராத அந்த அழைப்புதானா அல்லது வந்த அழைப்பு அவளுக்கு கொடுத்த செய்தியா... எதுவென்று தெரியவில்லை. ஆனால் அதற்காக அவள் தொலைபேசியையே ‘டெட்’ என்று பொய்யாக கொலை செய்திருக்கிறாள். அந்த வன்மத்தில்தான் தொலைபேசி அவளுக்கான அந்த அழைப்பை கொடுத்தோ, கொடுக்காமலோ அவளை கொன்றுவிட முடிவு செய்து விட்டிருக்கிறது.

இன்று மதியம் அலுவலகத்துக்கு வந்த என் மனைவியின் தொலைபேசி அழைப்பில் கேவலுடன்... எனக்கு கல்பனாவின் முடிவு தெரிவிக்கப்பட்டவுடன் விடுப்பு எடுத்து உடனடியாக வீடு திரும்பி விட்டேன். வழக்கமாக வாடிக்கையாளர்களின் சத்தமான தொலைபேசி குரல்கள் ஏதுமற்று கல்பனாவின் கடையின் கதவு அவளின் மரணத்திற்குத் தாம் உதவியது பற்றி துளியும் குற்ற உணர்ச்சியில்லாமல் விரிந்து நீண்டிருந்தது. அவசரமாக கீழ்த்தளத்தை விட்டகன்று என் இல்லம் நுழைந்து தவழ்ந்து கொண்டிருந்த குழந்தையை அள்ளி இறுக்க அணைத்துக் கொண்டேன்.

என் குழந்தையின் மீது என் மனைவி போலவே அளவற்ற அன்பு கொண்டிருந்தாள் கல்பனா. அவனும் அவளைப் பார்த்தவுடன் மகிழ்ச்சியுடன் மழலைக் குரலில் கூச்சலிடுவான். அவளின் துப்பட்டா அவனின் பொக்கை வாயினால் ஈரப்படுத்தப்பட்டுக் கொண்டேயிருக்கும்.

மாலை நேரங்களில் ஐந்து மணி வாக்கில் என் மனைவி, குழந்தையை கல்பனாவிடம் விடுவதை வாடிக்கையாக கொண்டிருந்தாள்.

குறைந்தது ஒரு மணி நேரமாவது அழாமல் அவளுடன் விளையாடிக் கொண்டிருப்பான்.

"இன்னைக்கு ராத்திரி நம்ம பையன் அழாம தூங்கிடுவான்" சுரணையற்ற குரலில் என் மனைவி கூறிய சொற்கள் கூர்மையாக என்னைத் தாக்கின.

இரவு தாய்ப்பாலருந்திவிட்டு என் மகன் சரியாக ஒன்பது மணிக்குள்ளாக தூளியிலிட்டு தூங்க வைக்கப்படுவான். ஆனால் பத்து மணி வரை தூங்காமல் அழுதுகொண்டே புரண்டு கொண்டிருப்பான். கை வலிக்க நானும் என் மனைவியும் மாறி மாறி அந்த ஒரு மணி நேரமும் தூளி ஆட்டி விடுவதற்குக் காரணமாயிருந்தது கீழ்த்தளத் திலிருந்த கல்பனாவின் தொலைபேசி நிலையம்.

"ம்... நல்லாயிருக்கீங்களா... அப்படியா... ஆமா... சொல்றேன்... சரியா கேக்கல சத்தமா பேசுங்க... ஆமா" என்பது போன்று அத்தொலைபேசி நிலையத்திலிருந்து மேல் மாடிக்கு கிளம்பி வரும் ஒற்றைக் குரல்கள் என் மகனின் தூளியினுள் புகுந்து அவனின் மன உலகினில் கெட்ட கனவுகளை உருவாக்கி, அவன் தூக்கத்திற்கு சத்ருக்களாகி யிருந்தன. பத்து மணிக்கு கல்பனா கடையடைத்து வீடு திரும்பிய பிறகுதான் என் மகனின் ஆழ்ந்த தூக்கம் நிலையாகும்.

இதுபற்றி கல்பனாவிடம் புகாராக எதையும் கூறக்கூடாது என்று என் மனைவியைத் தடுத்திருந்தேன். பேசவரும் வாடிக்கையாளர்களின் குரல்வளைகளை கல்பனாவால் மட்டும் எப்படிக் குறுக வைத்துவிட முடியும்?

இன்று கல்பனா, கடை வாடிக்கையாளர்கள் அனைவரும் அமைதி காத்து என் மகனை ஒன்பது மணிக்கே ஆழ்ந்த உறக்கத்திற்குள் அனுப்பப் போகிறார்கள். என்ன கொடுமை இது? இத்தனை நாட்களாக ஒரு மரணத்திடமா என் மகனின் ஆழ்நிலை தூக்கம் மாட்டிக் கொண்டிருந்தது? எனக்குள் துக்கம் அதிகரித்தது.

என் மகனின் தூக்கம் விடுக்காமல் விடுத்த கோரிக்கையினை ஏற்றுதான் கல்பனா மௌன வெளிக்குள் புகுந்தாளா? இல்லை... இருக்காது... ஒரு பிஞ்சு குழந்தை இவ்விதமாய் கோரியிருக்காது.

அவளால் 'டெட்' என்று சொல்லப்பட்ட தொலைபேசியிலிருந்து வராத ஒரு அழைப்பு சத்தம்தான் அவளை வலுக்கட்டாயமாக மௌன வெளிக்குள் புகுத்தியிருக்கிறது.

இரவு மணி எட்டாகியிருந்தது. தொலைபேசி குரல்களற்ற கீழ்த்தளத்தின் மௌனங்கள் ஒன்றுக்கூடி எனக்கும் என் மனைவிக்கும் கூட கசப்பு கலந்த மௌனத்தை ஊட்டி விட்டிருந்தன. விழுங்க, துப்ப இயலாத கசப்பு. சற்று நேரத்திற்குப் பிறகு தவழ்ந்து கொண்டிருந்த

மகனை அள்ளியெடுத்து என் மனைவி வழக்கமாக அமருமிடத்தில் அமர்ந்து அவனுக்கு தாய்ப்பால் கொடுக்கத் தொடங்கினாள்.

கல்பனாவின் விதவைத்தாய் பற்றிய நினைவெழுந்தது. ஒற்றை மகளையும் இழந்துவிட்ட அவளின் நிலை? ஒரு கால் வேறு அவளுக்கு ஊனம் என்று என் மனைவி கூறியிருந்தாள். மிஞ்சி இருந்த ஒற்றைக்காலையும் மகளின் மரணம் அவளிடமிருந்து பிடுங்கிப்போட்ட பிறகு அவள் யாரிடம் எவ்விதம் தஞ்சமடைய முடியும்? மாதம் ஒரு சிறு தொகை கொடுத்தால்... கொடுக்கலாம்... நிச்சயம் கொடுக்கவேண்டும்.

பால் வாயை ஈரத்தில் துடைத்துவிட்டு மகனை தூளியிலிட்டு ஆட்டத் தொடங்கினாள் என் மனைவி. மெல்ல சிணுங்கியபடி ஆனால் ஆச்சரியமாக ஐந்தே நிமிடங்களில் தூங்கிவிட்டான். சிறு புரளல் இல்லாத ஆழ்ந்த தூக்கத்திற்குள் சென்றுவிட்டான். சற்றே எதிர்பார்த்திருந்தாலுமென்ன... திகைத்துப் போய் நானும் என் மனைவியும் தூளியையே வெறித்தபடி நின்றிருந்தோம்.

மௌனமாக கால் மணி நேரம் சென்றிருக்கும். மூடப்பட்ட கல்பனாவின் தொலைபேசி நிலையத்திலிருந்து சத்தமாக, மிகவும் சத்தமாக தொலைபேசி ஒன்றின் அழைப்பு மணி அலறலாக வீறிடத் தொடங்கியது.

சத்தம் எழுந்த அதே வேகத்தில் என் மகன் தூளியிலிருந்து வேகமாகத் துள்ளியபடி தலையை மட்டும் வெளி நீட்டி அடி வயிற்றிலிருந்து மூச்சடைக்க கதறத் தொடங்கினான்.

இப்படியாக இறுதியாக கல்பனா காத்திருந்து காத்திருந்து வராமல் போன அழைப்பொலி வந்தேவிட்டது. தொடர்ந்து ஒலித்த அந்த அழைப்பொலி அவளைத் தேடிக் காணாமல் என் மகனின் அழுகை யிடம் அவளைப் பற்றி பலமாக விசாரிக்கத் தொடங்கியது.

(கதைச்சொல்லி - காலாண்டிதழ் : 2005)

வெளி

அதனை குடிசையென்றோ விளம்பரப் பலகையினால் மூடப்பட்ட பெரிய பாத்திரம் என்றோ எப்படி வேண்டுமானாலும் அழைத்துக் கொள்ளலாம்.

ஆனால் அதற்குள்தான் அண்ணல் காந்தி நகரின் கதாநாயகியான பன்னிரண்டு வயது சுகுமாரியும் அவளின் அம்மா லட்சுமியும் வசித்து வருகிறார்கள்.

சென்னை, சேத்துப்பட்டு கூவத்தின் கரையிலே பட்டா இல்லாமல் வாடகை இல்லாமல் இது போல முப்பது நாற்பது குடிசைகள் தோன்றி பல்லாண்டுகளாக அமைந்திருப்பது வந்துபோகும் அரசுகளின் சாதனைகளில் தலையானது.

கணவன் இறந்த பிறகு பத்து வருடங்களாக சேத்துப்பட்டு ரயில் நிலையத்தில் பழ வியாபாரம் செய்வதில் லட்சுமியும், சுகுமாரியும் இரைப்பை காத்து வருகிறார்கள். காலை எட்டு மணி ஆகப் போவதையறிந்த லட்சுமி கூடையில் பழங்களை அடுக்கத் தொடங்கினாள். சுகுமாரி பழைய சோறிருந்த பாத்திரத்தில் கை நுழைப்பதை முகம் சுருக்கியபடி பார்த்த லட்சுமி...

"இன்னாடி இது புது பயக்கம்... காலையிலேர்ந்து பார்க்கறேன்ஞ் கக்கூஸ் போகாமலேயே தண்ணிவூத்தின, இப்ப அப்படியே சாப்பிடவும் குந்திக்கினே, வவுறு சரியில்லையா?" என்று கேட்டாள்.

இதற்கு சுகுமாரி பதிலேதும் சொல்லவில்லை. மர்மமாய் புன்னகைத்து வைத்தாள். இன்று அவள் வழக்கம் போல மின்சார ரயில் பாதைக்கு அருகில் திறந்த வெளியில், ரயில் சத்தத்திற்கு பயந்தபடி கக்கூஸ் போகப் போவதில்லை என்பதை அவளின் அம்மா அறியமாட்டாள்.

அக்குடிசைக் கூட்ட பெண்கள் பகல், இரவு பாகுபாடின்றி அவசரத்திற்கு ஒதுங்கும் இடம் ரயில் பாதையோரம்தான். அத்திறந்தவெளி கழிப்பறையை திறந்து வைக்க எந்த அமைச்சரும் வரவில்லை. அவ்விடம்

'அவசரம்' என்ற கட்சியின் 'மலக்குடல்' கொடி பறக்க 'வேறு வழி யில்லை' என்பவரால் திறந்து வைக்கப்பட்டிருந்தது. தூரத்தில் உள்ளூர் வெளியூர் ரயில்கள் வரும் சத்தம் கேட்டுவிட்டால் அத்தனையையும் அடக்கிக் கொண்டு சேலையை தளரவிட்டு, எழுந்து நின்று தலையை குனிந்து கொள்வார்கள். ரயில் கடந்த பிறகு தான் அமர முடியும்... வேண்டும். சிறு பிள்ளைகள் விதிவிலக்கு. உட்கார்ந்தே இருக்கலாம்.

வயது பன்னிரண்டு ஆகிவிட்டதனால் சமீபகாலமாக சுகுமாரியும் எழுந்து நிற்கத் தொடங்கியிருந்தாள். ரயிலில் செல்லும் யாருக்கும் தான் அங்கே என்ன செய்து கொண்டிருக்கிறோம் என்று தெரிந்திருக்காது என்றே அவள் நினைத்துக் கொண்டிருந்தாள்.

அதுதானே... அவள் தலை குனிந்துகொண்டிருப்பதால் அவர்களுக்கு எப்படித் தெரியும்? பாவாடையை தளரவிட்டு, தலை குனிந்து மலமடக்கி எழுந்து நின்று கொண்டிருக்கும் இந்தியத் தாயின் ஆத்மாவின் அவசரம் பற்றி ரயிலில் செல்பவர்கள் எப்படி அறிவார்கள்? தம்மைக் கடக்கும் ரயிலில் செல்லும் அனைவரும் கண்பார்வை இழக்கவேண்டும் என்று மகாராணி சுகுமாரி விடுகின்ற சாபங்களும், கலிகாலமாதலால் பலிக்கமாட்டேன் என்கிறது. ஆக ரயில் சத்தத்தின் கரங்களில் மாட்டிக் கொண்டது சுகுமாரியின் இரைப்பைக் குடல்.

தான் பிறந்ததிலிருந்து கேட்டுப் பழகிய சத்தம் கடந்த இரு வருடங்களாக முக்கியமாக "இனிமே எல்லாம் நீ ரெயில் வர்றப்ப உட்கார்ந்தே இருக்கக்கூடாது... எங்கள மாதிரி எந்திரிச்சி நிக்கணும். இன்னா புர்தா" என்று அவளின் அம்மா எச்சரித்த அன்றிலிருந்து ரயில் சத்தம் அவளுக்கு எதிரியாய் போனது.

அதிலிருந்து அவளுக்கு, ஆம்புலன்ஸ், தீயணைப்பு வண்டி போன்ற, மனதிற்கு பிடிக்காத சத்தங்கள் அனைத்துமே ரயில் சத்தம் போலவே கேட்கத் துவங்கியது. அது போன்ற சத்தங்கள் கேட்டால் அதே இடத்தில் நின்று தரையைப் பார்க்கத் தொடங்கிவிடுவாள். அச்சத்தம் நின்றவுடன் நடப்பாள், அமர்வாள்.

இப்படியாக பிறந்த நாளிலிருந்தே திறந்தவெளியிலேயே ஒதுங்கிக்கொண்டிருந்த சுகுமாரி, இன்றுதான் முதன்முறையாக கதவு மூடி கக்கூஸ் போகப் போகிறாள்.

இரண்டு வருடங்களுக்கு முன்பு தம்மிடம் வாடிக்கையாக பழம் வாங்கும் ஒரு சேட்டம்மா வீட்டில் சுகுமாரியை வேலைக்கு சேர்த்துவிட்டாள் லட்சுமி. பிறந்ததிலிருந்து கூவத்தின் காற்றையே பிராண வாயு என்று நினைத்துக் கொண்டிருந்த சுகுமாரிக்கு சேட்டுவின் வீடு சொர்க்கமாகவும், மிஞ்சிய சாப்பாடு அமிர்தமாகவும் மாறிப் போனதில் ஆச்சரியம் ஏதுமில்லை.

அதுவும் இரண்டு படுக்கையறைகள் கொண்ட அவ்வீட்டிலிருந்த இரண்டு கக்கூஸ்களும் சுகுமாரிக்கு பேரதிசியங்களாயின. அவற்றைக் கழுவ மட்டுமே அவள் அனுமதிக்கப்பட்டதற்கே அத்தனை பெருமை அவளிற்கு.

அதிலும் சேட்டின் படுக்கை அறையிலிருக்கும் கக்கூஸ்தான் அவளின் பொறாமைப் பெற்ற திருத்தலம். சேட்டுவைத் தவிர வேறுயாரும் அதனைப் பயன்படுத்த முடியாது. காந்திநகரில் உள்ள கோவிலின் உள்ளே கூட அத்தனை மணம் இருக்காது. சேட்டுவின் தனிப்பட்ட அக்கக்கூஸ்... சுகுமாரியின் கனவு கக்கூசான அது அத்தனை அழகு. ராஜஸ்தான் டைல்ஸ் பதிக்கப்பட்டு, 'ஓடோமஸ் பர்ஃபியூம்' வாசனையில் பளிச்சென்று இருக்கும். அதைக் கழுவிவிடும் போதெல்லாம் சுகுமாரிக்கு தான் ரயில் பாதையில் ஒதுங்கும் திறந்தவெளி கழிப்பிடம் நினைவில் வந்து படு எரிச்சலை ஏற்படுத்தும். வேலைக்குச் சேர்ந்த இந்த இரண்டு ஆண்டுகளாய் இத்திருத்தலமே சுகுமாரியின் இலக்கு, கனவு, லட்சியமெல்லாம்.

ஆம், இன்றுதான் அவள் தன் சபதம் தீர்க்கப்போகிறாள். சேட்டுவின் படுக்கையறை கக்கூஸை இன்று அவள் பயன்படுத்தப் போகிறாள்.

எப்படி? எப்படி முடியும்? முடியத்தானே போகிறது.

சேட்டு, சேட்டம்மா, அவளின் மாமியார் கிழவி மூவருமே நேற்றிரவு கிளம்பி ராஜஸ்தான் போய்விட்டார்கள். வருவதற்கு ஒரு வாரம் ஆகும். யாரோ பெரிய சேட்டு ஒருவர் அங்கே செத்துப் போய்விட்டதை முன்னிட்டு இந்த பயணம். செத்துப்போன அந்த பெரிய சேட்டுவிற்கு சுகுமாரியின் மொத்த வாழ்த்துக்களையும் அனுப்பியிருந்தால் அவர் உயிர் பிழைத்திருக்கவும் வாய்ப்புண்டு.

"சுகுமாரி, பக்கத்து வீட்ல சாவி கொடுத்துட்டுப் போறோம். தெனம் காலையிலே வந்து வீட்டைத் திறந்து கூட்டிட்டு சாமி படத்துக்கு பூவ மாத்திட்டு போ. டி.வி. போட்டு பார்த்தேன்னு தெரிஞ்சது அடி விழும்.

என்று நேற்று மாலை சேட்டம்மா வீட்டின் சாவியை பக்கத்து வீட்டில் கொடுத்துவிட்டு போகும் விஷயம் தெரிந்த கணத்திலேயே அவள் முடிவு செய்துவிட்டாள். தன் இரு வருட கனவு பலிதமாகப் போகிறதென்று.

ரயில் பாதைகளில் ஒதுங்கும் சில நாட்களில் ரயில் வராத போதும் மாயமாய் காதில் ஒலிக்கும் ரயிலோசைக் கெட்டு எழுந்த சுகுமாரி...

நள்ளிரவு தூக்கத்தில் ரயிலோசை கேட்டு, பழக்க தோஷத்தில் தூக்கத்திலேயே எழுந்து நின்று, அம்மாவின் கிண்டலுக்கு ஆளான சுகுமாரி...

இன்று ரயில் சத்தத்தை வெட்கப்படுத்தப் போகிறாள். ரயிலோசை நுழைய முடியாத தாழிட்ட கக்கூஸில் ஒதுங்கப்போகிறாள்.

குடிசையிலிருந்து கிளம்பிய பொழுதே அவளின் வயிறு 'நான் தயார்' என்பதாக சத்தமிடத் துவங்கியது. அடக்கிக் கொண்டாள். அவள் ஒருவித வெட்க குறுகுறுப்புடன் இரண்டு சந்து தள்ளியிருக்கும் சேட்டுவின் அபார்ட்மெண்ட் நோக்கி நடக்கத் துவங்கினாள்.

அதென்ன ஒரு ஆள்... ஒரே ஒரு ஆளுக்கு மட்டும் ஒரு கக்கூஸாம். சேட்டுவின் பழக்க வழக்கங்கள் எதுவுமே சுகுமாரிக்கு பிடிக்காது.

அதே போலத்தான்... காலிங்பெல்லை சேட்டு அழுத்தினால் எளிதில் கண்டுபிடித்து விடலாம். ஏனெனில் கதவைத் திறக்கும் வரை அது ஒலித்துக் கொண்டே இருக்கும். 'டிங்டாங், டிங்டாங் டிங்டாங்' என்று அது விடாமல் ஒலித்துக்கொண்டேயிருக்கும். எரிச்சலில் கதவைத் திறந்தவுடன் சேட்டுவின் தொந்தியில் ஓங்கி ஒரு குத்து விட பல நாட்கள் நினைத்திருக்கிறாள் சுகுமாரி.

சேட்டுவும் சேட்டம்மாவும் அடிக்கடி வெளியே போனாலும் ஏதோவொரு நோயினால் எப்போதும் ஹாலில் கிடக்கும் படுக்கையில் முடங்கிக் கொண்டு, டி.வி சீரியல் பார்த்துக்கிடக்கும் சேட்டுவின் அம்மா கிழவியே சுகுமாரியின் கனவிற்குத் தடையாயிருந்தாள்.

சேட்டு அறை கக்கூஸை பயன்படுத்தாமல் தன்னைத் தடுப்பதற்காகத்தான் அக்கிழவி பிறந்திருப்பாளோ என்று சுகுமாரி நினைத்ததில் தவறொன்றுமில்லை. ஆனால் இப்போது கிழவியும் போய்விட்டாள். இனி எதுதான் சுகுமாரியைத் தடுத்துவிட முடியும்?

அவளின் இன்றைய செய்கையிலுள்ள தார்மீக நியாயத்தை ஐ.நா. சபையே ஏற்றுக்கொள்ளத்தான் முடியும் எனும்போது சேட்டாவது... பூட்டாவது?

சேட்டு குடும்பம் வரும் வரை... ஒரு வாரத்திற்கு ரயில் சத்தம் அவளை எழுந்து நிற்க வைக்காது. ஏன் அச்சத்தமே அவளுக்கு அவசர நேரங்களில் கேட்காது. தன் பிறப்பின் விதியை அவள் வெல்லப்போகிறாள்.

அபார்ட்மெண்டை அடைந்தவள், பக்கத்து வீட்டில் சாவியை வாங்கினாள். இதயம் நொடிக்கு ஐந்து முறை துடிப்பது போலுணர்ந்தாள். பூமியிலேயே அவளும் சேட்டு வீட்டு கக்கூஸ் மட்டுமே இருப்பது போலவும், தம் இரண்டு வருட கனவு நிஜமானவுடன் ஏழு உலகங்களும் தம் மலக்குடலில் வந்து குடியேறப் போவதாகவும் நிஜமாகவே நம்பினாள். சேட்டு வீட்டின் கதவை மெல்லிய நடுக்கத்துடன் திறந்தாள். உடனே கதவைத் தாழிட்டுக் கொண்டாள். வயிறு 'தயார், தயார்' என்றது. அடக்கிக்கொண்டாள். அதற்கு முன்பு சில விஷயங்கள்

இருக்கிறதே... வாய் நிறைய சிரிப்புடன் சேட்டுவின் அறைக்குள் ஓடினாள். சேட்டு படுக்கும் குஷின் கட்டிலில் விழுந்தாள். தன் குட்டிப் பாவாடைக் கலைய, தலைமுடி கலைய விழுந்துபுரண்டாள். எழுந்து, எழுந்து 'தொப்'பென விழுந்தாள். ஒருமுறை அப்படுக்கையில் தெரியாத்தனமாக அமர்ந்துவிட்டதற்காக பலமாக அவள் தொடையில் கிள்ளிய சேட்டம்மாவின் விரல்களை இப்படியாக உடைத்துப் போட்டாள் சுகுமாரி.

அடுத்தது கிழவி...

ஹாலிலிருந்த கிழவியின் படுக்கை அருகே வந்தாள். மெல்லியக் குரலில் வாய்விட்டே கத்தினாள்...

"குண்டி, குண்டி, உனக்கு சாவே வராதா? ஆவூன்னா பல்ல கொறிச்சுகினே என் தலையிலே கொட்டறியே... உனக்கு தலையில ஏதாவது இருக்குதாடி முண்டம்... நீ பெரிய மகாராணியாடி... சீக்கு பிடிச்ச சனியன். உனக்கு தெனமும் நான் கால் அழுத்தி விடணும்... அம்மாம் பெரிய காலை அழுத்தி அழுத்தி என் கை ரெண்டும் வலிக்குதே... அத்த யார்டி அழுத்தி விடுவாங்க...?"

என்றபடியே தலையணையினால் அப்படுக்கைக்கு நாலு போடுபோட்டாள். இறுதியாக சேட்டுவின் படுக்கை அறைக்குள் நுழைந்தாள். குப்பென்று வீசிய சேட்டுவின் சென்ட் மணம் அவரின் இருப்பை உணர்த்த, இந்த மன பிராந்தி கொடுத்த போதையை ரசித்தபடி, சேட்டுவின் 'பத்தினி' கக்கூசிற்குள் புகுந்து கதவைத் தாழிட்டாள்.

ஆம்! அவள் கடைசியாக, நிஜமாகவே சேட்டுவின் கக்கூசில் அமர்ந்து கக்கூஸ் போகவே தொடங்கி விட்டாள்... கைக்கருகிலிருந்த பைப்பில் தண்ணீர் திறந்து விட்டுக் கொண்டிருந்த பத்தாவது நொடியில் அச்சத்தம் கேட்கத் தொடங்கியது.

"டிங்டாங், டிங்டாங், டிங்டாங், டிங்டாங்... ..." நிற்காமல் கேட்கத் துவங்கிய அச்சத்தத்தில் அவளின் அத்தனை புலன்களும் சுருங்கிக்கொள்ள... வியர்த்துப் போய் எழுந்தாள். இது சேட்டு காலிங்பெல் அழுத்தும் சத்தம். சேட்டு எப்படி? அவளுக்குத் தெரியாது. ஆனால் சேட்டுதான்.

"டிங்டாங் டிங்டாங்..." காலிங்பெல்லின் தொடர்ச் சத்தம் சுகுமாரியின் காதுகளில் மெல்ல மெல்ல 'க்கூகூகூ...' என, தூரத்தில் ரயில் வரும் சத்தமாக மாறத் துவங்க, வழக்கம் போல பாவாடையை தளரவிட்டபடி பட்டென்று எழுந்து நின்று தரையைப் பார்க்கத் தொடங்கினாள்.

இனி ரயில் கடந்து சென்ற பின்புதான் அவள் அமர்வாள்.

(கூட்டாஞ்சோறு - காலாண்டிதழ் : 2007)

முடிவில்லா கருணை

திடீரென்று வீட்டிற்குள் நுழைந்தார்கள். மனைவி மைனாவதி நெஞ்சில் கைவைத்துக் கொண்டாள். நான் கனவிலிருந்து விடுபட்டு விழித்தெழ முயற்சிசெய்து... தோல்வியடைந்தேன். நிஜம்தான்.

நான்கு காவலர்கள், பேசாமல் பின்னால் போனேன். நான் செய்த குற்றம் என்னவென்று தெரியாத குழப்ப பூதங்கள் பிறாண்டின. வெளியே ஜீப் நின்று கொண்டிருந்தது. பெரிய குற்றம்தான் செய்துவிட்டேன் போலிருக்கிறது.

ஜீப்பில் ஏறும் போது துணிந்து கேட்டேவிட்டேன்...

“நான் என்ன தப்பு பண்ணினேன்னு இப்படி”

“எங்களுக்கென்ன தெரியும். நீதானே காளிகாம்பாள் கோவில் தெரு நெம்பர் 7 இல் வசிக்கிற சுகுமார்?”

மௌனமாயிருந்தேன். நான், நான்தான் என்று எப்படி கூறுவது?

“உன்னைத்தான் அய்யா, அள்ளிட்டு வர்றச் சொன்னார். பெரிய தப்புத்தான் பண்ணியிருப்பே.”

மௌனமானேன். பிறாண்டிய பூதங்கள் கன்னத்தில் கைவைத்துக் தெருவை வேடிக்கை பார்க்கத் தொடங்கி விட்டன.

சினிமாவிலும், தொலைக்காட்சியிலுமாக பார்த்த போலீஸ் ஜீப்புகளின் பரிணாமம், இப்போது கற்பனைக்கெட்டாத அளவு விஸ்வரூபம் எடுக்கத் தொடங்கியிருந்தது.

மைனாவதி பற்றி கவலையாயிருந்தது. இரு வருடங்களிற்கு முன்பு வீட்டை பகைத்துக்கொண்டு கட்டிய சேலையுடன் பின்னால் வந்த காதல்காரி. கவிதை, கதை எழுதும் மெல்லிய மனசுக்காரன் என்று நம்பியிருப்பாள். யாரைப் பார்ப்பாள்... யார் தோளில் சாய்ந்து அழுவாள்... இருவீட்டாரையும் பகைத்து, எழுத்தை மட்டுமே நம்பி

வாழும் எளிய எழுத்தாளன், காவலர்கள் ஜீப்பில் கூட்டிப்போய் விசாரிக்கும் அளவுக்கு என்ன குற்றம் செய்து விடமுடியும்?

'ஏன் இரண்டு வருடமாக எந்த வேலைக்கும் போகாமல், நம்பி வந்தவளை பல வேளை பட்டினிப்போட்டு, பயந்து பயந்து இரண்டு முறை அபார்ஷன் நடத்தி, வாழத் தெரியாமல் ஏன் வாழ்ந்து கொண்டிருக்கிறாய்?' என்று காவல் நிலையத்தில் விசாரிப்பார்களோ?

அபார்ஷன் செய்த இரு உயிர்கள் போய் புகார் கொடுத்திருக்குமோ? இருந்தாலும் இருக்கும், இரண்டாவது அபார்ஷன் முடிந்து பத்து நாள்தான் இருக்கும். அந்த ஒரு வாரம் என்னை மைனாவதி பார்த்தப் பார்வையில் அந்த புகாருக்கான மூலாதாரங்கள் நிறையவே இருந்தன.

அந்த பகுதியிலிருந்த தலைமைக் காவல் நிலையத்தினுள் ஜீப் நுழைந்தது.

'அய்யா' இன்னும் வரவில்லை. நீண்ட திண்ணையில் குற்றவாளிகள் என்று முகத்தில் எழுதி, ஒட்டி, அதையே படித்து மனப்பாடம் செய்துகொண்டு ஓரிருவர் அமர்ந்திருந்தார்கள். அமர வைக்கப் பட்டிருந்தார்கள். என்னையும் ஒரு காவலர் அதில் உட்காரச் சொன்னார். "பரவாயில்லை, நிற்கிறேன்" என்றேன். "யோவ்... பெரிய இவரு. உட்காருயா... அய்யா வர்ற நேரமாச்சு."

உட்கார்ந்தேன்.

என் பூதங்கள் சுற்றிலும் வந்து நின்று ஒப்பாரி வைக்கத் தொடங்கின.

'எப்பேர்ப்பட்ட இலக்கியவாதி... இப்படி விதியழிஞ்சு போய் குற்றவாளிகளோடவா...?' 'நீ ஒழுங்கா வேலைக்குப் போய் பொண்டாட்டியை காப்பாத்தியிருக்கணும்!' 'மனைவிக்கு அபார்ஷன் செஞ்சிருக்கக்கூடாது. ரெண்டாவது அபார்ஷன் அநியாயம்!, அந்தளவு வறுமையை நீயே ஏன் உருவாக்கிக்கொண்டாய்!, பூதங்களான நாங்களே அவமானப்படும்படி இப்படி குற்றத் திண்ணையில் அமர்ந்திருக்கிறாய்.'

"இன்னா கேசுயா?" பக்கத்தில் குற்றமொன்று என்னிடம் கேள்வி கேட்க பேசாமலிருந்தேன். "கம்முனுக்கீறியா... உள்ள போட்டு ஜட்டிய அவுத்துட்டு லட்டி வெளையாடறப்பவும் இப்படியே இரு பார்ப்போம்."

இன்னொரு குற்றம் செய்த எச்சரிக்கையில் உள்ளுக்குள் பூதங்கள் மனிதாகரமாய் அலறின. ஜட்டியிலிருந்த கிழிசல் குறித்து வேறு தனிப்பட்ட முறையில் ஒரு பூதம் ஒப்பாரி வைத்ததுதான் கவலையாய் இருந்தது.

ஒரு எழுத்தாளன் எழுத்தை நம்பி வாழ்வது அத்தனைப் பெரிய குற்றமா?

'ஆம், ஆம், ஆமெ' ன்றன பூதங்கள்.

அபார்ஷன், ஊர் உலகில் நடக்காத அபார்ஷன்?

அதெல்லாம் வேறு. உன்னை நம்பி வந்தவளுக்கு ஒரு குழந்தை, அது சார்ந்த தாய்மை என்ற உணர்வை அளிக்கக்கூட முடியாத நீ செய்து கொண்டிருப்பது... வாழ்ந்து கொண்டிருப்பது.... எழுதிக் கொண்டிருப்பது... குற்றமே!

"அய்யா வர்றார், அய்யா வர்றார்" நன்கு துடைக்கப்பட்ட ஜீப்பிலிருந்து அய்யா வந்து இறங்கினார். குற்றத் திண்ணை குற்றங்கள் அவசரமாக எழுந்து நின்றன. பூதங்களின் தொல்லையினால் உட்கார்ந்தே இருந்தேன். அருகில் வந்த அய்யா மிக அலட்சியமான, பலமான ஒரு அறை அறைந்ததில் கண்களில் தானாக நீர் தெறித்தது. இழவெடுத்த பூதங்கள் இப்போது போய் பதுங்கிக் கொண்டன. எழுந்து நின்றேன்.

"இவன் யாருய்யா....? மகாராஜா மாதிரி உட்கார்ந்திருக்கான்...?" அய்யா கேட்க, என் பூர்வாசிரமம் தெரிவிக்கப்பட்டது.

பதிலேதும் சொல்லாமல் அய்யா அறைக்குள் நுழைந்து கொண்டார். எதிர் மரத்திலிருந்த காக்கைகளும், அணில்களும் கூட அதற்கு பிறகுதான் உட்கார்ந்ததைப் பார்த்தேன். காகங்களின் குரல்நிலை மாறி 'அய்யாஞ் அய்யா...' என்றே அவை கரையத்தொடங்கின.

திண்ணையிலிருந்து ஒரு குற்றம் உள்ளே அழைத்துச் செல்லப்பட்டது. 'பளார்' என்ற அறைச்சத்தத்துடன் விசாரணை துவங்கியது. என் ஜட்டியிலிருக்கும் ஓட்டைகள் அதிகமாகிக் கொண்டே போவதாக பிரமை எழுந்தது.

உள்ளே, வெளியே மௌனமாயிருந்த போது, தூரத்திலிருந்து நான்கைந்து பேர் வருவதைப் பார்த்து என் பக்கத்தில் அமர்ந்திருந்த சற்றே குண்டான குற்றமொன்று பயந்து அலறி என் முதுகுக்குப் பின் மறைந்து கொண்டது.

வந்த ஐந்து பேரில் இருவர் பெண்கள். குற்றத் திண்ணைக்கு எதிரில் நின்று கொண்டு என்னருகில் அமர்ந்திருந்த குண்டு குற்றத்தைப் பார்த்தபடி வசை பாடத் தொடங்கினார்கள். அவர்கள்தான் புகார் கொடுத்திருப்பார்கள் போலிருந்தது. குண்டு குற்றத்தைப் பார்த்து ஐவர் குழுவிலிருக்கும் ஒரு கிழவி காதுக்கு இனிமையில்லாத வார்த்தைகளைக் கொண்டு ஏறக்குறைய ஒப்பாரி போல பாடத் தொடங்கினாள்.

ஒவ்வொரு குற்றமாக அய்யா அறையின் உள்ளே போய், அப்புறம் 'உள்ளே' போய்க் கொண்டிருந்தனர். சற்றே அசந்த நேரத்தில் அந்த ஒப்பாரிக் கிழவி எனக்கருகில் அமர்ந்திருந்த குற்றத்தை திட்டிக் கொண்டே அதற்கு உதவியாளன் நான்தான் என்பது போல புதுக்கதை

யினைச் சித்திரித்து, என்னையும் திட்டத் தொடங்கியிருந்தாள். சற்று விட்டால் அய்யாவையும் திட்டுவாள் போலிருந்தது.

குண்டு குற்றம் உள்ளே போனது, அடிச்சத்தம் பலமாக இருந்தது. ஐவர் குழு உள்ளே எட்டிப் பார்த்து அந்த கண்ணுக்கினிய காட்சியை ரசித்துக் கொண்டிருந்தது.

என் பூதங்கள் மெல்ல நடுங்கத் தொடங்கிய நேரம், ஒரு காவலர் என்னை உள்ளே அழைத்தார்.

'அய்யா' பலரையும் விசாரித்த சோர்வில் கைகளில் சொடக்கெடுத்துக்கொண்டே கேட்டார்.

"நீதான் சுகுமாரா?"

"ஆமாம் சார்"

"அய்யாவை அய்யா சொல்லு... அய்யா சொல்லு" மரத்திலிருந்து ஒரு காக்கை இறங்கி வந்து பக்கத்தில் நின்று மெல்ல மெல்லக் கரைந்தது.

"எவ்ளோ பெரிய வேலையை செஞ்சிட்டு ஒண்ணும் தெரியாத பாப்பா மாதிரி நின்னுட்டிருக்கே இல்ல.."

தோப்புதோப்பாய் புளிய பழங்களை கரைத்து குடித்துவிட்டு பூதங்கள் மயங்கிபோய் சரிந்தன.

"இந்தா இதிலே கையெழுத்து போட்டுவிட்டு நீ வீட்டுக்குப் போ".

ஜட்டி தப்பித்தது. அவர் கொடுத்த அரசுத் தாளை வாங்கினேன். அதில் எழுதியிருந்ததைப் படித்தேன்.

"காளிகாம்பாள் கோவில் தெரு, நெம்பர் ஏழில் வசிக்கும் சுகுமாராகிய நான் எழுத்தையே நம்பி வாழ முடிவெடுத்து விட்டதாலும், இரண்டாவது முறையாக மனைவியை அபார்ஷன் வரை இட்டுச் சென்றதை முன்னிட்டு, இறந்து போய் விட்டேன் என்று உறுதியளிக்கிறேன். இப்படிக்கு..."

நான் இறந்து போய்விட்டதாக கையெழுத்தா? அதெப்படி முடியும்? குழப்பம் அதிகமானது.

"அய்யா, இதிலே... நான் செத்து..." என்று தட்டு தடுமாறினேன்.

அய்யா கோபமாக எழுந்தார். ஜட்டி தொடையுடன் ஒட்டிக் கொண்டது. அதன் பயம் அதற்கு...

"யோவ், காளிகாம்பாள் கோவில் தெரு நெம்பர் ஏழுல வசிக்கிற சுகுமார் நீதான்யா?"

ஜட்டிப் பற்றி நினைவுடனே "ஆமாம். ஆமாம்" என்றேன் அவசர அவசரமாக.

"நீ செத்துப் போனது உண்மையா இல்லையா?"

"ஆமாமாம்!";

"அப்போ கையெழுத்து போடு"

ஐயா சொல்லிவிட்ட பிறகு சந்தேகமெதற்கு? நான் செத்துவிட்ட விவகாரம் இதுவரை தெரியாதே தவிர இப்போது அய்யாத் தெளிவாக விளக்கிவிட்டப் பிறகு... 'சுகுமார்' கையெழுத்திட்டேன்.

எழுத்து வடிவில் என் இறப்பு உறுதி செய்யப்பட்டது.

"சரி நீ போகலாம். கூப்புட்டப்ப வரணும்" அய்யா கட்டளை.

"எப்படி செத்துப்போன நான்..."

"யோவ் அய்யா சொல்றாரு... வரணும்னா வரணும்!" காக்கை கரைந்தது.

'சரி' என்று தலையாட்டிவிட்டு வெளியே வந்தேன். உலகம் வெகுவாக மாறிப்போயிருந்தது. என் கண்பார்வை தன் மீதும் பதியாமல் ஒரு புதுவித வியாதி என்னைப் பிடித்துக் கொண்டது.

வேகமாகச் செல்லும் ரயிலின் ஜன்னலோர பயணியின் பார்வையில் உலக இயக்கம் தறிகெட்டோடியது. எதனெதன் மீதெல்லாமோ இடித்துக்கொண்டு, எப்படியோ நான் வசிக்கும் பகுதி செல்லும் பஸ்ஸிலேறி அமர்ந்து கண்களை மூடிக்கொண்டேன். பூதங்களும் செத்துப் போய் விட்டிருக்க வேண்டும். எங்கோ ஒரு குழந்தை வீறிடும் சத்தத்துடன் என் சர்வநாடியும் கதற உள்ளுக்குள் சுழன்று சென்றது ஒரு காற்று. குழந்தை ஒரு வரம். மைனாவதி எனைப்பார்த்த பார்வை... ஐயோ! குழந்தை அழுது கொண்டேயிருந்தது.

காளிகாம்பாள் கோவில் தெரு, பாடையில் செல்லும் பிணத்தைப் பார்க்கும் சொந்தத்தெரு மனிதர்கள் போலவே என் தெரு மனிதர்களும் என்னையே வாசலோரம் நின்று வேடிக்கைப் பார்த்தனர். அய்யாவுக்கு எழுதி கொடுத்தது இவர்களுக்கும் தெரிந்திருக்கிறது.

வீடு திறந்தேயிருந்தது. உள்ளே நுழைந்தேன். என்னை பேயைப்பார்ப்பது போல் பார்த்தாள் மைனாவதி.

அவளும் எதுவும் கேட்கவில்லை. நான் இறந்தது முதல் வேறு எதையும் நானும் சொல்லவில்லை.

முகம் கழுவினேன். பூதங்கள் மெல்ல கண்விழிக்கத் தொடங்கின. 'அதுதானே... அவையா விட்டுப்போகும்?'

பாத்ரூமிலிருந்து வெளியே வந்தவுடன் மைனா துண்டை நீட்டினாள். வாங்கி முகம் துடைத்துக்கொண்டிருந்தபோது நெஞ்சில் கை வைத்துக்கொண்டு, கண்களை விரித்தபடி "என்ன பண்றதுன்னே தெரியலை... எனக்கு உயிரே போயிருச்சுங்க" என்றாள் மைனா.

நான் "எனக்கும்தான்" என்றேன்.

(மன்னுயிர்)

(2003ம் ஆண்டில் தமிழ்ச் சிற்றிதழ்களில் வெளியான சிறந்த சிறுகதையாக 'கலை' இலக்கிய இதழ் நடத்திய போட்டியில் முதல் பரிசு பெற்ற கதை)

மகாராஜாவுக்குப் பசிக்கிறது

புறப்படும் வியர்வைத்துளிகளை விடவும் வேகமாக குருசாமி நடக்கத் தொடங்கினான். சென்னை அண்ணா சாலையிலுள்ள அந்தப் பிரபல நாளிதழில் தன் கட்டுரையொன்றை கொடுத்துவிட்டு வந்த பரபரப்பு குஷி நடை வேகத்திற்கு நுணுக்கக் காரணம்.

குருசாமி முழுநேர எழுத்தாளன். தமிழ்ப்பத்திரிகையுலகில் சென்ற நூற்றாண்டில் அவன் எழுதிய கட்டுரை(அ)கதைக்கு சன்மானம் எப்போதாவதும், எப்போதும் ஒரு டீ மட்டுமே கிடைத்து வந்தாலும் வேறெந்த வேலையும் செய்யும் எண்ணமில்லாதவன். விளைவு...

'ஸ்ச்சொய்ங்' காலையில் குடித்துவிட்டு வந்த நீராகாரம் ('நீர்' என்றும் அதனை அழைக்கலாம்) எப்போதே செரித்து விட்டிருக்க, அவன் வயறு பசி சப்தங்களை இட்டுக் கொண்டிருந்தது.

அதைப்பற்றியெல்லாம் அவனுக்குக் கவலையில்லை. மிக உறுதியாக அவனுக்கு தெரிந்த விஷயம்... இப்போது அந்த பிரபல நாளிதழில் அவன் கொடுத்துள்ள கட்டுரையினால் மூன்றாம் உலகப்போர் நின்றுபோகப் போகிறது.

அடுத்து ராயப்பேட்டையிலுள்ள 'ஆனந்த குயில்' பத்திரிகையில் தான் தரவிருக்கும் கட்டுரையினால் நாட்டில் வறுமைக்கோட்டுக்கு கீழ் உட்கார்ந்து, படுத்துக் கொண்டிருக்கும் தரித்திர நாராயணர்கள் அவனது கட்டுரை கயிறு பிடித்து மேலேறி வந்து விடப்போகிறார்கள் என்று உறுதியாக நம்பினான். அப்புறமென்ன... உண்மையை நம்பித்தானேயாக வேண்டும். 'ஸ்சொயிங்' ஆனால் பாழாய்ப் போன அவன் வயிற்றுக்கு இதெல்லாம் எங்கே தெரிகிறது.

தாடியை சொரிந்தபடி 'ஆனந்த குயில்' பத்திரிகையில் வரவேண்டிய பழைய கட்டுரைக்கான சன்மானத் தொகை கிடைத்துவிட்டதை போல ஒரு கற்பனையை வயிற்றின் பசி சத்தத்திற்கு எதிராக அனுப்பி வைத்தபடி நடந்து கொண்டேயிருந்தான். பசியை எப்போதும் அவன் ஒரு பொருட்டாக கருதியதில்லை. உணவும் அவனை ஒரு

பொருட்டாக கருதுவதில்லை. நடுவில் அவனின் விதவைத் தாய் வேறு. இந்நேரம் அவள் தன் வயிற்றைச் சமாளிக்க அக்கம்பக்கத்து வீடுகளில் ஏதாவது கடன் பேச்சு வார்த்தை... உடன்படிக்கைகளில் கையெழுத்து இட்டுக்கொண்டிருக்கலாம்.

அவன் தன் பிரம்மாண்டத்தை உணராமல் முன்னும் பின்னும் ரயில் பூச்சிகள் போல படுவேகமாக இயங்கிக் கொண்டிருக்கும் அண்ணாசாலை மீது குருசாமிக்கு கோபம் கோபமாய் வந்தது. அன்றைய மௌண்ட் ரோட்டிலாவது மரங்களிருந்திருக்கும். மரநிழலில் நின்று பாரதியார் முண்டாசை கழற்றி வியர்வை துடைப்பது, புதுமைப்பித்தன் பசியை 'அடக்க' புகையிலை எடுத்து அதக்கிக் கொள்வது, க.நா.சு. கலைந்த தலைமுடிகளை ஒதுக்கி கையிலுள்ள விமர்சனக் கட்டுரையினால் வெயிலுக்கு இதமாக விசிறிக் கொள்வது போன்ற காட்சிகள் எல்லாம் குருசாமி 'கண்டான்'. குருசாமியின் அண்ணசாலையில் மரங்களுமில்லை. சிங்காரச் சென்னையில் மரங்கள் வேறு எதற்கு,அசிங்கமாக!

பசி உச்சத்தில் 'டீ' கடையில் நுழைந்து 'சும்மா' கிடைக்கும் கலங்கிய நீரைப் பருகினான். தம் எஜமான் தம்மை ஏமாற்றும் விதத்தினை அறிந்து அவர்தம் வயிறு, வாந்தி வருவது போன்ற உணர்ச்சியினை பதிலுக்கு அனுப்ப, குருசாமி திகிலானான்.

நடந்தே மதியம் இரண்டு மணியளவில் ராயப்பேட்டையிலுள்ள 'ஆனந்த குயில்' பத்திரிகை அலுவலகத்தை அடைந்தான். கிரகங்களின் சேர்க்கையில் இன்று ஏதாவது தவறு நடந்திருந்தால் இங்கு அவனை உணவருந்தகூட உதவி ஆசிரியர்களில் யாராவது ஒருவர் அழைக்கலாம்...

'பட்ஜெட்' கட்டுரையை ஆசிரியரிடம் சமர்ப்பித்தான். 'ம் பார்க்கறேன்' அவன் கட்டுரை ஒரு அதல பாதாளத்துக்குள் புகுந்தது. கல்பகோடி ஆண்டுகளுக்கு முன்பு தான் எழுதிய பழைய கட்டுரைக்கான சன்மானத்தைக் கேட்டான் குருசாமி.

"அதற்கென்ன! இந்த மாசமுடிவில் 'செக்' வாங்கிக்கோங்க."

'அதற்கென்ன' இன்று அவன் வடபழனியிலுள்ள அவன் வீட்டிற்கு நடந்துதான் போகவேண்டியிருக்கும்.

'அதற்கென்ன' வயிற்றிலிருந்து சப்தம், 'பேசாமலிக்க மாட்டாய்' அதட்டினான். வாயுள்ள வயிற்றுக்கு காதில்லை.

குருசாமியும்கூட விதைப்பதில்லை, அறுப்பதில்லை. அவனுக்கு உணவும் கிடைப்பதில்லை. இன்று மதியம் அவன் உண்ண வேண்டிய சோற்றுப்பருக்கைகளின் மேல் அவன் பெயர் நிச்சயம் எழுதப்பட்டிருக்கும். ஆனால் அது எங்கிருக்கிறதென்று அவனுக்குத் தெரியாது. அவன் கடமையை செய்கிறான் 'பலனை எதிர்பாராதே' என்கின்றன பத்திரிகை அலுவலகங்கள்.

"இப்பத்தான் போன ஜென்மத்துல எழுதினவங்க படைப்புகளுக்கே சன்மானம் போட்டுகிட்டிருக்கு. அதுக்குள்ள அவசரப்படறீங்களே...!"

"சரி என் கட்டுரைக்கு 'செக்' தயாரானவுடன் கண்ணம்மா பேட்டை சுடுகாட்டு முகவரிக்கு நீங்களா அனுப்பிடறீங்களா?"

"மேனேஜர்கிட்ட எந்த சமாதில இருப்பீங்கன்னு கரெக்டா எழுதி கொடுத்துட்டு போங்க."

சொன்னாலும் சொல்லும் பத்திரிகைகள். என்றாலும் குருசாமி பத்திரிகைகாரன்தான். குயில் பத்திரிகையிலிருந்து வெளிவந்தான். இனி வீடுதான். பற்பல கிலோமீட்டர் நடக்க வேண்டும். அவன் நடப்பான். பசிக்கும். என்றாலும் நடப்பான்.

நடந்துகொண்டிருந்தான்.

'பேனா பிடிக்கறவரா... ஹி, ஹி அப்ப சாப்பாட்டுக்கு என்ன பண்றீங்க?'

'என்ன பண்ணினா உனக்கென்னடா, பரதேசி... நீ சாப்பாடு தரப்போறதில்லே.. அப்புறம் என்ன கேள்வி?'

மகாராஜா குருசாமியை யாரும் அத்தனை சுலபமாக கேள்விக் கேட்க முடியுமா என்ன?

அப்படித்தான் ஒருமுறை உதவி இயக்குநர் ஒருவர் (சற்றே வசதியானவர்) வருங்காலத்தில் தாம் இயக்கவிருக்கும் 'வித்தியாசமான கதையைக் கேட்டு கருத்து சொல்லுமாறு குருசாமியை வரச்சொல்லி யிருந்தார்.

அந்த உதவி இயக்குநர் வீட்டுக்கு அருகிலுள்ள ஓட்டலில் கொத்து புரோட்டா நன்றாயிருக்கும் என்பதாலும், உதவி இயக்குநரின் பர்ஸில் எப்போதும் பணமிருக்கும் என்பதெல்லாம் தெரிந்தும் தெரியாமலும் குருசாமி ஒரு நாள் கதை கேட்க போயிருந்தான்.

முழு கதையையும் கேட்டுவிட்டு "என்ன சார்... நீங்க 'பாட்சா' படம் பார்க்கலயா... நீங்க சொன்ன கதை அப்படியே பாட்சா படக்கதை."

குருசாமியின் நேரடி தாக்குதலை உதவி இயக்குநர் ரசிக்கவில்லை என்பது அவர் அன்று வாங்கித் தராத கொத்து புரோட்டா சொல்லித்தான் குருசாமிக்குத் தெரியும்.

"ஆகா, சூப்பர்! இப்படியொரு கதை இதுவரை எந்த லாங்வேஜிலும் வந்திருக்காது. இது டைட்டானிக் செகண்ட் பார்ட்தான் போங்க... சூப்பர் கொத்து புரோட்டா... சூப்பர் முட்டை, சூப்பர் கரு... நல்ல கதை, நல்ல கரு... நல்ல வெங்காயம், ஆல் தி பெஸ்ட்!"

'போங்கடா டேய்' மகாராஜா குருசாமி கொத்து புரோட்டாவிற்காகவெல்லாம் மசிவாரா என்ன?

நடந்தேகி, நடந்தேகி குருசாமி கோடம்பாக்கம் வந்து சேர்ந்தபோது சூரியன் மறையத் தொடங்கியிருந்தான்.

ஒரு இலக்கியக் கூட்டத்தினுள் நுழைந்ததில் மகாராஜாவுக்கு மரியாதையான ஒரு டீயும் ரெண்டு, மூன்று பிஸ்கெட்டுகளும் கிடைத்ததில் வயிறு கொஞ்சம் தற்காலிக சமாதானத்திற்கு வந்திருந்தது.

கூட்டம் முடிந்து வெளியேறியபோது இருட்டியிருந்தது. பசி மீண்டும் பாட்டுப் பாடத் தொடங்கியிருந்தது.

நடக்கத் தொடங்கிய குருசாமி வடபழனியிலுள்ள தன் வீட்டினை (நான்கு மாத வாடகை பாக்கி என்ற போதும் அது அவன் வீடுதானே!) அடைய இன்னும் ஒரு மணி நேரம் இருக்கையில் தலை கிறுகிறுப்புக்கு பயந்து சாலையோரமுள்ள ஒரு பூங்காவினுள் புகுந்தான்.

இரவு நேரத்தில் யாருமற்று, பூங்கா இருண்டிருந்தது. ஒரு பெஞ்சில் உட்கார்ந்தவனை படுக்கும்படி பசி தூண்டியது. படுத்துக்கொண்டான். வானில் நிலா சிரித்தது. நிலவுக்குள் அமர்ந்து ஔவைப்பாட்டி யாருக்கோ சோறூட்டிக் கொண்டிருந்தாள்.

ஔவையும் பேனா பிடித்தவள்தானே! அவளுக்கு யார் சோறு போட்டிருப்பார்கள்? ஏழு வள்ளல்களில் ஏதாவதொரு வள்ளல் சொன்ன 'பாட்சா' கதையைப் பாராட்டியிருப்பாளாயிருக்கும்.

வீட்டிலுள்ள அம்மாவின் நினைவு வர கண்களை மூடிக் கொண்டான் குருசாமி.

ரகசிய வழிகளில் அக்கம் பக்கத்து வீடுகளில் உணவு கிடைத்திருந்தால் கொஞ்சம் தின்றுவிட்டு மீதியை அவனுக்காக எடுத்து வைத்திருப்பாள். இல்லையென்றால் அவனுக்கும் சேர்த்து ஒரு ஈரத்துணியை வைத்திருப்பாள்.

தலையை உலுக்கிக்கொண்டு எழுந்த குருசாமி, வயிறு சற்றே சற்று நிதானத்துக்கு வந்த உணர்வுடன் பூங்காவிலிருந்து வெளிவந்தான்.

'ஸ்ச்சொய்ங்' என்று வயிற்றிலிருந்து பசி ஓலமிட்டது. தனியொருவனுக்கு உணவில்லையெனில் அல்சர் வந்து அவனை மட்டுமே அழிக்கும்.

அவன் வீடிருக்கும் சிறிய சந்திற்குள் நுழைந்தான். பழக்கமான தெரு நாயொன்று வாலாட்டியபடி அவன் கூடவே நடந்து வீடுவரை விட்டு போனது.

வெறுமனே சாத்தியிருந்த (உள்ளே எடுத்துப் போக எதுவுமில்லை) கதவைத் தள்ளிக்கொண்டே உள்ளே நுழைந்தான்.

அம்மா (சமையல் செய்யப்படுவதில்லை என்றாலும்) சமையலறையில் ஒரு புறமாக சாய்ந்து சுருண்டபடி தூங்கியிருந்தாள்.

வழக்கமாக இவனுக்காக வைக்கப்பட்டிருக்கும் இரவல் உணவும் குறிப்பிட்ட இடத்தில் இல்லை என்றாலும் மகாராஜா குருசாமிக்கு அதைப்பற்றியெல்லாம் சிந்திக்க நேரமில்லை. புஷ் அமெரிக்காவில் மீண்டும் தேர்வாக காரணம் என்ன என்பது பற்றி சிந்தித்தபடி அவன் முகம் கழுவினாலும் வயிறு குடு குடு குடு என்று சத்தமிட்டு மானத்தை வாங்கியது.

இவன் வந்துவிட்டதை உணர்ந்த அம்மா படுத்தவாறே பேசினாள்...

"பத்திரிகை ஆபீஸ்காரரு ஒருத்தர் அடிக்கடி உன்னைப் பார்க்க வருவாரேஞ் அவர் வந்து உன்கிட்ட கொடுக்கச் சொல்லி ஒரு கவரை கொடுத்துவிட்டு போனார்... விளக்கு பக்கத்துல வெச்சிருக்கேன் பாரு..."

மகாராஜா ஆர்வமுடன் உறையை கிழித்து காகிதங்களை உருவினார். 'ஆனந்தக் குயில்' பத்திரிகை ஆசிரியர் கடிதமிருந்தது.

'நம் பத்திரிகை ஆளும் கட்சிக்கு ஆதரவானது என்று உங்களுக்கு நன்றாகத் தெரியும். நீங்கள் இன்று மதியம் நேரில் வந்து கொடுத்துவிட்டு போன பட்ஜெட் கட்டுரையில் ஆளும் கட்சியை மிக அதிகமாக விமர்சித்துள்ளீர்கள். ஆகவே பிரசுரிக்க இயலாது. நாளை ஃபோன் செய்யுங்கள்.

ஆசிரியர்'

'நல்ல பத்திரிகை, நல்ல அரசு, நல்ல பட்ஜெட், நல்ல கதை, நல்ல கொத்து புரோட்டா, நல்ல பசி" மகாராஜாவுக்கு வந்த வெறுப்புச் சிரிப்பில் பல பால்வெளி மண்டலங்கள் பாழாயின.

வயிற்றிலிருந்து 'ஸ்ச்சொயிங்' அடச்சே! பானையிலிருந்து நீரெடுத்து அருந்தினான்.

பாயை எடுத்து விரித்து படுத்தான். பசியும் பக்கத்தில் படுத்துக் கொண்டது. அமெரிக்காவின் புளோரிடா மாகாண மக்களின் தற்போதைய மனநிலையைப் பற்றி மகாராஜா சிந்தித்துக்கொண்டிருந்தபோது அவன் அம்மா படுத்தவாறே கேட்டாள்...

"இன்னும் எத்தனை நாளைக்குடா இப்படி?"

அவ்வளவேதான் அம்மா கேட்டாள்.

மகாராஜா தம் நாடு, நகரம், செல்வம், படைபலம், புல், பூண்டு அத்தனையும் இழந்து போய், போர்வையை தலையோடு இழுத்துப் போர்த்திக்கொண்டார்.

(தீக்கதிர் - பொங்கல் மலர் : 2007)